हा उत्तीयमाणे आपत्या पश्चात् आपकी कीति हिंदुरथानांत दुमदु-मत ठेविकी आहे, असे ह्यणण्यास हरकत नाहीं. असे खोए क्रिक्स नाहीं असे ह्याक्स क्रिक्स मस्त हिंदे कुळामध्ये प्रसिद्ध झाले, त्या कुळास व एकंद्र राष्ट्रास ते रुखामभूत होये, ह्यांत शंका नाहीं.

वायताबाइसाइवांनी ज्या ग्वारहेर् संस्थानवा राव्यकारमार वार-विका, त्यांची सांयत सर्वप्रकार सुभारणा होक्त ते चांगल्या भर्मसा-रिका सिमान सांयत सर्वप्रकार सुभारणा होक्त ते चांगल्या भर्मसा-की सिमान की लेक्चंस्था ३०,३०,५,६३ आहे. ह्या संस्थानचे अधिमान अस्त सांची कोस्त के लेक्चंस्था ३०,३०,५,६३ आहे. ह्या संस्थानचे अधिमान का मान्य सांचीह्य होता हु आहे. ह्या संस्थानहाड्य होता होता सुमानचे का मान्य सांचीह्य सिमानचे पूर्व सिमानचे की सुर, अस्त, आहे. ह्यांचीचाची स्थानची स्थानची सिकालकी आहे. ह्यांच्याचित्र सुमानची सांची हिताण आफिकंतील वृद्धमसंगी इन्यस्पानचे हिता हात्ते उत्पत्ताचे साहित सांची हिताण आफिकंतील वृद्धमसंगी इन्यस्पानचे हिता हिता उत्तमसंप्रकार राज्यचा हिता हिता हिता उत्तम सिकालची सिक्च व उत्तक्षे सुद्ध सिमानहाच को स्थानची सांची सिक्च हिता सांची सांची सिक्च हिता सांची सिक्च सिन्यसंथ संपितितो.

उछेख हथीय पडतात. ह्यावस्त ह्या राजकी केने तुलसीदास ह्यांच्या प्रतिहि होती." अशामकार् ह्या महाराणीच्या संबंधाने सवेत स्तिति हिन असून, हिने अनेक नेळां आपल्या देशाच्या शत्रंशी घोड्यावर बसून रक्कर काफश क्षित्र कियोपमा है गिनक्षित क्षित्र प्रमान नियान साधी, झांशीची राणी, लाहोर वे वंहाराणी, आणि भाषाळचा स्तुश्य आले असून, त्यांत असे हार हे आहे की, ''वेगम सुमह, अहि त्या वेळच्या वतेमानपश्तेत्वही वायजाबाइसाहवांसंबंधान प्रशं-लहीं" असा स्त्रीतपर उन्हेब आपल्या रोजनिहात नमूद करून होता पानसे ह्या बाहेंने, " बायजाबाईसारखी कृपाल व सुस्वभावी स्त्री पाहिली िक प्रमित्त ज्ञाल क्रिक्ष करा है। असे क्षित्र ज्ञाल क्षित्र प्राप्त कि क्षित्र प्राप्त कि जांग्रह युवतीने, ''बायजाबाई ही फार कायेक्षम व साहसी असून हिंदुस्था-कमान किष्टु असिस . ब्राध किक कर्गी मांध्र मांप्र क्राध मायक । कि तकींमान जाय किळाक एछ भे , रिनां प्र पड़ ० मी प्रडमा इ न ए पिछि हिराहर एटनांडाही . द्वाध किक तिहर मिंग मूणक "किमाह मिमिभी।एउ ह प्रकृष्ट भे मिथिंगाइगंछ मिष्ठ इल्प्रेस रहिमी रिम्ह निग्राम् । एनांचाही डिग्रह एक मिक्टिक गण्डिम कि -िक । मान, हिंदु रही। के अहर के मान के बावन प्रतालक है। पश्का केले असून, दोलत्राय शियांनी त्यांच्यावहरू ''शहाणी बायको'' कि।प्रामित्रकार एव्लांब्रिसिट्टीव कि। इस्ट्रिस प्रति उडिसीर कि क्रिक अहित महार प्राप्त क्रिक गाइट र लड़वायनांक निर्माहिन किमी व निर्मायकार एनामक्षीप होत ,मीफित .हाए रुलाम नाइ इमें हमें नार्गण प्रमायक हो हा

सुरवसे कीरत बड़ी किनमेंच उड़ कांप । सुरवसे की जाती रही, कीरत कबहू न जाय ।। १ ॥

•इंग्रह सिन स्था प्रमित व वंदनास पात्र झाले आहे. उत्पन्न व वर्षासन अधाने नारत आहे. हाप्रमाणें हो की मृत्युपश्चात् हिन म्युकाराकाम इंहि। लड़कायहाल गिर्म प्रकाराकाम मिल्ला द्वारकाथीशाच्या देवालयामध्ये बायजाबाइसाहेबाची एक मूति असून हिष्टे रुप्रार्डा हाशिक .हास तलान भीष्टर वस्ता की विद्या है। नारपृ ि हो। इंग्रह किंक माथ होंगू मिडाएं हे हो से माने स्थान ह्यांचे उत्तर असून, तेथे वायनावाइसाहेबाहेवा उत्तम शिल्फाराकहन होड़ी हाएतलाई वर्क दिख हि. ड्रीफ केंद्री मलक दिलमर हैमधाक हिंद क्षिति ,म्प्रस रिष्धींव दिख धेषे प्रहेशवर मिविहास्त्राचा सिवि पुण्याइने तिना शेवर उत्तम प्रकारना शाला. महाराज जयाजीराव शिंद एनिह स्मरण क्षेत्रीक्षेत्री अयाति नागृत आहे. हाप्रमाण ह्या स्विन्ध ,रुंगाय मह्मिणमाह एक क्य हिंगमांह के कि कितांनाधर हों विक्रि मिशिकामर एन्द्रिय दान्यम के १००६ मधना उत्तरकार्या उत्तरकार्या न्हां निर्मास सामेल अशा सीही रहांचा अंत्यिषि केला. महाराजांनी बाइ-हांस फार दुःख झारुं. त्यांनी आपव्या घराण्याच्या व ह्या राजह्वीच्या महाराणी वायजाबाईसाहेब ह्यांन्या मृत्यूने महाराज जयाजीराव

-रिस् स्वानाम स्वानाम स्वाह्म हिल्ला का स्वानाम स्वान

हिंदुस्थानचे एजंट यांजकडे वकील एवाना केले. आजी व नातु यांचें हें वास्तविक प्रेम पाहून फार संतीय वाटती. "

रिया इतिहासात एकसारखी गानत असलेली राजकारखानी व शहाणी करन प्राप्त शाला. ता. २७ जून इ. स. १८६३ रोजी, ही ग्लाव्ह-ह्या नियमायमाणो, वायनावाहेसाहे बांच्या नियमकालाचा प्रसंग लव-ह्मणजे जन्मास अहिला प्राणि हा हैं नाशबंत जग सीड्रन जावयानान, भाणिपिष : तिकूर गंगम भामित्र । हन् । हार शाहिला के कि के हिल के पुनः आशा उत्पन्न झाली. पर्तु ती आशा अगदी अल्पकालिक होऊन रुद्रगाह्नाम्ह्राम् मह्म द्वित निर्माण मध्याद्वी दिवस बाह्नाव्हाद ह इस्ति कार थाराने के निवास अस्वितास अस्वितास जान निज्ञ अलित आनंद झाला. त्यांच संधित होंद्रों सिर्फारास पुत्रस्त प्राप्त हों पाहून महाराज जयाजीराव शिंदे हांस व अखिर नहार के नांस नहिमाहेबाह मार्गास विद्या विद्या विद्या निर्मा विद्या नार्गा व्यापा पदला. त्या ह न्या इन्छापमान सणा, किंवा ओपियानु क्षा भाग हर्छम छिन्ड हिस्र काश्वम माग्रास मितिकुर फिल्कि, किस्टि कि त्राप्त इक्षाप्रमणं वायनावाइसाइवाइवादियां किकडितक सहायुम् रुष्टि किरीकाराज्ञामस । एन्बांब्रिसिड्डाङ किरु मध्मीरिष्ट रुप्तड्र इ उर्डिसिर्ड किया समामामाम क्षिति । क्षिति । क्षित्र । इत ऐकतान, आपले नेथु काशीयन दादा ह्यांस मुद्दाम ग्वाह्हे मि मिहिम्हे । फ्लांचे भिष्ट , क्रिसिक्ष अहिएक भाग किम्होहिस -रीस आरु: इंट्रान महाराज तुकारीराव होळकर ह्यांची बायजाबाई--इजारुम कि ठीममाइक कर्मश्र जाएमधार ब्रोह्एम्पू फिषशिष्टनांश्र ह क्रीएक्रीप फिलांक क्रियकारण श्रामाम मानाक , क्रांत्र इसीए हरेष्र नामर्तेष्ठ र्विष्प्रकाश । एना । वहाप्रहानारमा गिमपा

इंसज सरकारची मंजुरी जल्र असल्याकारणाने, मेजर मीडसाहेब मध्य-अपिरा मानस बाह्साहबानी प्रकर करून, त्या गोशिस काही अंशी मिरिए के प्रिकार के प्रमान के मिरिए मिरिए के कि कीं, तुह्यांस जसे नीट विसेल तमें करावें. श्रीमंत निमणाराजा-विहे रुप्तिम म्ह्रमी ताइ नलवास वाहाराइम निमि निप्तम एकिम आहे. " हें भाषण ऐक्त बाइंसाहेबास मोठा गोहिंबर आला; आणि तकीं करावें. त्यांत माझा नकार नाहीं. मी सबेरवी आपला खोकत अपन्या आहे. हा जापण कोणास वश्रीस हेण्यास होता असत्यास गणागम नव्यतः, 'तेक र्रिप्तामि द्विमेंष्ट णिष्ट ,र्रक रुष्टार नूणाष्ट क्षेत्र भारत क्या मिलिया मुक्त मिलिया है। स्थाप म्यूनाम मुन्नोक -छिछ ि रुपिरु १४५ हि होमार १४ ।।।। १४ ।। १४५। १४५। १४५। मानम गणारुं, 'कि किक तिनिही मांछ क्षिमभी मांग हामहिलिक महाद्रमाहेबांची प्रकृति अत्यावस्य झाउँठी पाहून अित्वावहादुर जाह मिहिम प्राथम हालामुळे आर दहा दिवस द्रमार महिम हा तिष्टु एवं क्रिंग स्ति। व स्ति क्रिंग के प्रकार होड़ी होमीक्ष . ड्राष्ट ति हो भीए भाष्ट नियंत्र । जार हो नक्ष्म आफ हो मार हो । -र्गर, यहाँची पीडा घालनिणारे जोशी, वंसक्षी, पंसाक्षरी वर्गेर र्गाएक निष्ठम् ,मीक इहार है। इहार हिडम हमा में छिड़ तिरूप हिनोड़

नाम ७० माम

~**

. ३६६

विश्वान प्रतिसम्भित्त होउन सबेन शांतता झाव्यानंतर महाराणी ने हैं। विश्वान होउन सबेन शांतता झाव्यानंतर महाराणी ने हैं। विश्वान होत् हा ग्वान सहाराज महाराज ने विश्वान होत् हा ग्वान सहाराज होत् हा ग्वान होत्या शांता होत्या शांता होत्या सहाराज होत्या महाराज हा शांचा होत्या महाराज होत्या महाराज होत्या होत्या होत्या होत्या महाराज महाराज होत्या होत्या होत्या होत्या होत्या होत्या होत्या हां होत्या हात्या होत्या हात्या होत्या होत्या

पुढं बायनाबाहेसाहेबांची प्रकृति पिकला पानाप्रमाणं अगर्हो क्षीण होत जाऊन इ. स. १८६३ च्या मे महिन्यांत त्या फाएन अश्चत्त झात्या, व त्यांचा काल अगर्दी समीप आत्याची चिन्हें दिसुं लोगली. त्यामुळे महाराज जयाजीराव खांस विशेष चिता उत्पन्न होजन, त्यांच्या

सर राबर धामिल्टन खांच्यासार स्था चतुर मुसखांच्या लेखणीतून है भव्द निया आहे, हैं निर्मात काम्पाद राहित वाच्यासार हैं स्था आहे, हैं निर्मात काम्पाद हैं स्था अपने मार्चा कामिल्टन वाच्याचाईसाहेंचांची खा प्रसंगी मार्चा मार्

.र्गायो.

। हा अन्ति विद्युष्ट हिंदू हैं हैं । हे ।। हे ।।

िलंग, सुभाषितकारांच्या वाणीने, सुन्यने न याति विकृति परहितिनरतो विनाशकाछेऽपि । छेदेऽपि चन्द्रनतरः सुरभयति सुखं कुठारस्य ॥ १ ॥ असे हारव्यावांचून राहवत नाही.

[&]quot;.Jastroqmi from native mercenaries which has been so advantageous and complications in Europe, and withdrawn from us that support India, with native sovereigns against us, might have led to mately conquered no one will doubt; but a protracted war in impediment thrown in our way. That we should have ultievery village would have been openly hostile; and every would have instantly joined the standard of their sovereign; beyond conception; the smaller Thakoors and rural chiefs declared for the Peishwa, our difficulties would have been of Holker, Sindiah and Baiza Baee, Had any one of these What has really folled them has been the personal fidelity Sindish to create distrust and excite sedition. to use his Highness' name with that of the Baiza Baee and * * * * * indiah to create distrust and exoite sedition. left undone by the Peishra's party, in the Deccan especially, I. "* * * It cannot be denied that nothing has been

⁻Letter from Sir R. Hamilton to G. F. Edminstone Esgr., Secretary to the Government of India. Parliamentary Papers A. D. 1860.

हमाति । साममा महाराज होतं ह परकार सांचे व लाच्या विमाति । स्वाच्या विमाति । स्वाच्या विमाति । स्वाच्या विमाति । स्वाच्या विमाति अञ्च्युक्त साममा अञ्च्युक्त सामका । स्वाच्या विमाति अञ्च्युक्त सामका सार्वे सांचे । स्वाच्या सार्वे स्वाच्या सार्वे सांचे । स्वाच्या सार्वे सांचे । सार्वे स्वाच्या सार्वे सांचे । स्वाच्या सार्वे सांचे । स्वाच्या सार्वे सांचे । सार्वे सार

I. "I believe that seldom has a ruler been served in troubled times by a more faithful, fearless and able minister than yourself."

सन्मानपूर्वक व चयथिषसूचक तिकांनी सकता हाज हाज्य आया समीविकी. त्यामुळे सर्वेश विजयोस्य होज्य आमादामध्ये रोगनाहं, मेजवान्या शिंदे सरकारव्या ' फुल्खाग ' येथील प्रासादामध्ये रोगनाहं, मेजवान्या व द्रवार हांचा थार उडाला, व शिंदे सरकारव्या अप्रतिम साहाय्याबहल सर्वे बिरिश अधिकाऱ्यांनी त्यांचे फार प्रत्यवाह गागिक. हा प्रसंगी सर्वायवाहर्माहं बांचाही योग्य गोर्रव करण्यांत आला, हें निराळे सायवाबाहर्माहं हांचाही योग्य गोर्रव करण्यांत अप्रवाहर्माहंब साववावयांचे प्रयोजन नाहीं. महाराज जयाजीराव व बायजाबाईसाहंब हांचा समावेश ' शिंदे सरकार ' हा एकाच नांवांत होतो.

I. "Your Highness and all your Highness' subjects may be sure that it is the earnest desire of the paramount power that the loyal and princely house of Scindhia shall be perpetuated and flourish."

महीतून एकसारखी घांवत गेली, कांडवाल्यांनी तीका व बंडवी कहंक विका मिले कि के के कार्या निर्मा कांक्रिय कि के कार्या के कार्या कांक्रिय कार्या चांक्रिय असतांना, त्यांतून प्रवेश करना, महाराज सुखरूपपणे आध्यास के अश्री केंड्रां ति कां चित्रं प्राप्त कार्या केंड्रां ति कार्या केंड्रां ति कार्या मिले त्या महीतून तश्रीक परत असते. असी. येणेममणे व शोधे पाहून सुदे कि कांक्रिय परमावधीने आश्रय केंड्रां क्रियं सरकार व लांच्या सर्व राजिश्वेया बंडवाल्यांस अनुकूठ व शिंते सरकार व लांच्या सर्व राजिश्वेया वंद्याल्यांस अनुकूठ निर्मा केंड्रां सरकार व लांच्या सर्व सरिक्षित्र केंद्रां सरकार व लांच्या निर्मा केंद्रां मिले सरकार व लांच्या सर्व सरिक्षित्र केंद्रां केंद्

कारक वर्तमान सर्व हिंदुस्थानभर कळवून, प्रत्येक शहरी थिदं सरकारास नुरक्षारास राज्यास्ट करण्याबहरू पूर्ण परवानगी दिली: आंगे हें आंनद-जिंद्रांतरजनरात होडे क्यानिंग होस अस्तेत हुंचे झाला. लांनी शिंदे नियशित्पृष्क प्रचंद्र समार्भ केला. ग्लाव्हर्वे नियपृष् परम विश्वास् महाराज जवाजीराव शिंदे ह्यांना गादीवर वसविष्याचा क्रिक र्जाच शिष्ट , अर्ज प्रविधान प्रविधान होता, आप आपर इस्त सर्रोवरे हामिल्टन, व मेजर म्यानमस्तमभूति विजयी योखांनी क्तापतीन्या ताब्यांत आही. नंतर तेथें ता. १९ रोजी, सर ह्यू रोज, हरें शिग्न देवान नहीं होता विद्याला है होसे विहास महित है । किहीत राधुर मेनानाविका झांशीनी रागि छहमनाह ही घारातीथी नाहम इत्रे होल मन्द्रि माम्मण प्रिम होनान हे हे हैं निर्दे १८५८ रोजी सर ह्यू रोज हांचे मेन्य ग्वाव्हरीयर चाव्हत आरु, व साची पुनरुक्ति करण्याचे थेथे प्रयोजन नाही. ता. १८ जून इ. स. , किर्क म्प्राप्त द्वादशाद्द्रशाद्द्रशाद्द्रशाद्द्रशाद्द्र स्थापन केरी जून इ. स. १८५८ पासून अठरा दिवसपयेत तेथं आपले साम्राज्य होंदे सरकार ग्वाल्ह्रेशहन निवृत गेल्यांतेतर बंदवात्यांती ता. १

कारच्या मेलाशी ठढाई कहन ग्याहरेर सर केठी. हा वेळी महाराज ज्याजीराव शिंदे व दिवाण दिनक्राराव हांना इंजन सरकारच्या आशयास आध्यास पळ्न जाणे भाग पडले. हा। भवंकर प्रसंगी वायजाबाई-साहज हा। महिन हा। स्वाचिते ज्याहर स्वाच्या हट निश्च पाउँ संहव हा। ग्याहरी सिर्धाय हाला. बंडवाखांने अध्ययु रावसाहेन पेशवे सांचा अगदी निरुषाय हाला. बंडवाखांने अध्ययु रावसाहेन पेशवे सांचा, शिंदे सरकार पळ्न गेलासुळे, पराकाश्वचा निरुत्साह झाला; आणे तशांत, बायजाबाईसाहेन अनुक्ल होत नाहींत, हें पाहन तर आणे तशांत, बायजाबाईसाहेन अनुक्ल होत नाहींत, हें पाहन तर सांचा सठे मनोरथ दासळन पडला.

नंगी समशेर धेऊन, शिंदे सरकारच्या राजवाब्यांत बंडवाल्यांच्या माली. त्या वेदी गानराजासाहेब ही घोड्यावर स्वार होकन व हातामध्ये राजवान्यामध्ये, शिंदे सरकारावर कांही किकट प्रसंग गुद्र्रत्याची वाता क्षिये वंडवायां भाष्येम महमा हिलाह महमाह हिलाहक है है है तरबंज झाली असून हिच्या अंगी शीयेगुण नांगला वसत होता. ग्वा-क्तांप्रण्यिकाम् प्राथ्नि ह क्षांप्रणम् व म्हास्वित वित्रमास् वाक्ष्यां वित्राम् नाहबांची नात गजराजा हिने अलीकिक शोप व धेये व्यक्त करें. ही बी बा-क्यांतून ज्या वेळी ह्या राजिक्या निसटून गेल्या, त्या वेळी वायजाबाहे-लांच्या सेन्याबरोबर होत्या, असा पुराया सांपडतो. बंडवालांच्या आरो-जत नाहीं. तथापि सर बू रोज म्बाल्हरीयर चालून आले, त्या वेळी ह्या प्रथमतः, बायजावाहेसाहेब लांच्याबरोबर गेल्या की काय, ह बरोबर सम-किहाफ, ।क्षां भाष्ट्र महिलाने केलानेतर नरवरास गेला, व्यावेकी काराप्रमाणे इंथज सेन्यास जाऊन सामील झाल्या. शिंदे सरकारच्या सबे -रम इन्हें। हागद्रम इमांक्ठ रुक्तिनिर्म साछ ।ष्ट्रमाश्र प्रपाश पीष्ट रिनिधाए केमारुनाइ मञ्जीमाइ र्हार १५ उन्प्र केमरीलीए निमान -इंड्राध्यम हम हम हिमां काद्री कड्रामहा। मिरा कड्रामड्राधारामा

वायवाबाइसाहंबांनी ह्या प्रसंगी महाराज जवाजीराव थिंदे व विवाण तिनक्रांत ह्यांच्या मसक्तीप्रमाणें वाग्त, युरोपियन लोकांचे व त्यांच्या वियांचे संरक्षण करण्याचे कामी चांगली महत केली. इ. स. १८५७ च्या कियांचे संरक्षण करण्याचे कामी चांगली महत केली. इ. स. १८५७ च्या ममहत्यांत, ग्वाल्हेर येथील सैन्यांने ज्या वेळी बंदाचा झेंहा उमारला, व जापले रद्रस्वरूप ब्यक्त करून रेसिडेन्सीयर हृह्या केला, त्यां वेळी महा-याच नयाजीराव शिंदे ह्यांनी रेसिडेन्सीयपील युरोपिया वाच व्याचले. त्या समधी वायवाबाह्याहेव व शिंदे सरकारच्या महाराणी ह्या त्याचले. त्या समधी वायवाबाह्याहेव व शिंदे सरकारच्या महाराणी ह्या स्त्रमांत्र त्यांना व्याच क्यांची भीत दूर केली; व जाप मारब्या सिन ह्यांनी ता. १० केत्रवारी इ. स. १८५८ रोजी आयाबाह्माहेन पाठ-विलेख्या रियोरामध्यें दाखल केली आहे. ह्या केळी बायवाबाह्साहेबांनी विलेख्या सिरार केली, तिची प्रशंसा करावी सेवडी थोडी आहे.

सारत् ज्याहेर येथं चंडवात्यांचे प्रावस् विशेष झाले, व ग्रिंट सर्कार्म सार्व सार्व सार्व क्रिक्स क्रिक्स क्रिक्स सार्व सार्व

[&]quot;About Amaen were posted, when the rebels crossed, 400 of Scindia's foot, 150 horse, and 4 guns. Scindia's Civil Officer told the Rao Saheb, 'It is the order of the Maharajah and the Dewan that you retire.' 'And who,' replied the Rao Saheb, 'are you? A ten-ruppee underling of a Soobah, drunk with blang! And who are the Maharajah and DinkarRao? Christians! We are the Rao and Peishwa. Scindia is our slipper-bearer. We gave him his kingdom, His army has joined us. We have letters from the Baiza Baice, Scindia and ascertained all. He having completed everything I am and ascertained all. He having completed everything I am for the Lushkar. Would you fight with us? All is mine? for the Lushkar. Would you fight with us? All is mine.

⁻Memorials of Service in India. Page. 333.

याहुमीन होंदेपनेत राहित्या होत्या, असे दिस्त थेते. ह्या सन्मान वाहंसाहे-बांच्या विरुद्ध चकार शब्द काहण्यास सुळांच जागा नव्हती; परंतु ज्या वेळी बांच्या विरुद्ध चकार शब्द काहण्यास सुळांच्या गव्हती; परंतु ज्या क्रिलंक् बंह उद्धवंदे, व झांशीची राणी, अयोध्येची केगम हांच्यास्थाहंच हाही शांच्यापमाणं कर्नुत्वशाली आहेत हूं जेव्हां इंप्रज सुरस्थांच्या लक्ष्यां आहें तेव्हां त्यांच्या हारच्याहित्य नजर ठेवणं सांच्याच्याचाहं सांच्याच्याचाहं सांहें सांच्याच्याचाहं सांच्याच्याचाहं सांच्याच्याचाहं सांच्याचावाहं सांहेंचाहंचाच्याचां क्रिताहंचा क्रियांच्याचां अस्त्याचां संच्याचां अस्त्याचां संच्याचां क्रियांचाचां सांच्याचां सांच्याचां सांच्याचां सांच्याचां संच्याचां आहों संच्याचां संच्

.हांक्रमी एउन्हाए मिरू मिल्ला हुरेंग त्रिक्षिण एवं इंदि

नायाजाइसाइन हांच्या राहाणाणाजा व इसतीचा रुवा निम्म सहायायां स्वाचित स्वाय्यायां स्वाचित स्वाय्यायां स्वाचित स्वाय्यायां स्वाचित स्वाच स्वाचित स्वाच स्वच स्वाच स्वाच स्वाच स्वच स्वाच स्वाच स्वाच स्वाच स्वाच स्वाच स्वाच स्वच स्वाच स्वाच स्वच स

बसिनिरें. ह्या नदीन शिहे सरकाराजवळ ह्या बृद्ध महाराणी वंडाचा प्रशिक्षा प्रकाशिक्षा मुख्य मस्य प्रस्ति महिल स्था सिर्धा स्था । नक्रम मुद्रशही प्रशासाय में मुख्य पायक, व ग्वाइंद्र मुख्यानावर शिहिश सरका-हर्रागहर दूर रिकामी राहाने असा हुकूम ममोनिला. इ.स. १८४३ एटनाश्रंप र्द्रग्रह मांल निांल णिष्ट राज्नीकृष्टि क्रुप क्रवेश । ह्यांकृ करावा है परात बाहू लागले. न्यायाकतिता हाणा, अथवा राजयोग्णाच्या मार्म हाला; व ग्वाल्हेर्या पुन्क साम हेम्स संग्रहों संग्रह होन इरुक र्रिपाएनएस तृत्मम निविद्य विद्या (त्रिप्ट मिन क्षिक प्राप्ट कार्य क माग पहलें. तथापि, बायजाबाइमाहेब ह्या मुकुररावापेक्षां राज्यकारमार गादी मिळाली, बनायनावाहसाह्बांस राज्यत्याग कह्त योलपुरास जाण मेंत अनेक तरेबखेंड झाले. शेवरी, इ. स. १८३४ साली, मुकुरराबांस -क्केंद्र सुकुरराव हे भावी राजे अभे वनव्यानंतर, त्यांच्यामध्ये सात वृष्टेव-आणि लास गाहीचा घनी केंहें. बायजावाईसाहेव ह्या मुख्य राज्यसूत्रचा-गुराने बायजावाईसहिबानी शिखांच्या कुलातरा एक मुखगा इना भेतरा, िलाह हुड़ी प्राक्षण हिल्ला कार्य पाल पाल कार्य हिल्ला हुड़े हुड़े हिल्ला हुड़े हिल् रिवित हे. स. १८२७ स्थित कार्यक्षमता दाखिक हिन्दी. इ. स. १८२७ त्रमहोदा हा : तामास गिक्टी मांमकी छिक्दी, प्रमुखान वर्गेम झास्यानंतर तीस वर्षेपयेत आपत्या यजमानावर व ग्वात्हेरच्या दरबारावर मुरु ह .।ति ब्रि । अनुभव बेम् हर्ष । हो । अनुभव बेम हो ।। । । अनुभव बेम हो ।। नुष्टि ठाप्त निमंज ।फ्रिंड किए ।स्र ।क्ष्यां हो ।स्र हो सार । स्वां विष्ट हो । ७१७९ . छ . इ. समूच इसिए हिम्म में स्थान स्थान हे. स. १७७७ स्टिन सहित सहस्र होड़ शेंड होन महेन महेन स्के महाराणी वायवाबाईसाहेन ह्या होत. ह्यां ग्वाल्हर येथं चांगह वजन

मंग्रि व राकाम ईांग्री गिष्ट : रुवित म्हूक मक्ट्रिंग एकाई हो। के रुवित मिलिक में मिलिक मुक्ति कि स्वांक्ष राकाम एडी हो। के कि क्याकाम मिलिक मिलिकीम एस क्याडिकाक एडोएडाइडें क्यालिकाम मिलिकी कि क्यालिकाम हो। क्यालिकाम के उन्हें स्वांक्ष कि स्व

"ith the rebels." ever, nothing appeared to justify suspicion of her complicity Mahratta Dominions in past years. Although watched, howse she had some cause to complain of the English policy in the proper to watch her movements. And this the more especially, influence in the scale against the English, it was deemed Rance of Jhansi and the Begum of Oude-had thrown their many other native princesses of great energy—such as the considered that she was a woman of great energy, and that able was known against this venerable lady, but when it was have resided until the time of the mutiny. Nothing unfavourand with this new Scindia the aged Baiza Baice appears to General, from among the relations of the deceased Maharaja; a new Scindia was chosen, with the consent of the Governorterritory came more closely than before under British influence; territory. In 1843, when Mukut Rao Scindia died, this up her abode in some district beyond the limits of the Gralior Scindia against the Baiza Baise; and she was ordered to take motives of cold policy, the British Government sided with her to continue as regent. Whether from justice, or from ruler of the two, and many of the Mahrattas of Gwalior wished continued: for the princess was considered the more skilful the retirement of the widowed princess to Dholpur. Tumults 1834, in the installation of the young man as Rajah, and in

-The Revolt in India, Page 509.

many quarrels during the next seven years; these ended, in Baiza Baice as regent, and Mugut Rao as expectant Rajah, had kinsman of the late Maharaja to be the new Scindia. the widow, in accordance with Indian custom adopted a women. In 1827 Scindia died without a legitimate son; and biting more energy of purpose than is wont among eastern influence over her husband and the Court of Gwalior, exhi-During thirty years of married life she exercised great and she lived through all the vicissitudes of those sixty years. young bride of the victorious Dowlat Rao Scindia of 1797; the mutiny began, she was the beauty of the Deccan, the was known as the Baiza Baice of Gwalior. Bixty years before princedom had extended over a very lengthened period, She able, and whose experience of the checkered politics of Indian in life, whose influence at Analiov was known to be considerbeen exhibited in that quarter. This was a princess, advanced of Scindia's family, in doubt whether treachery might have officers frequently directed their attention to a certain member events at Gwalior, the more experienced of the Company's with whom he was in alliance. Throughout twelve months ment avowedly and bitterly hostile to him and to the British raja Scindia from the throne of Gwalior, and install a governquarters, and actuated by different motives, expel the Maha-I. "Thus did a body of rebels, collect from different

I. "The Jai, in her correspondence with the Governor-General, always unhesitatingly asserted that he had confirmed her in the Begency, and authorised her to continue in the management of the State. "It is very extra-ordinary" she remarks, "that while your Lordship is my protector, such injuries have considered a cause of shame to yourself," The only answer she received was the remark that no station in life was exempt from vicissitudes, and an exhortation to bear her with resignant on,"—Mill's History of India.

१. काशी वेथील बायवाबाईसाहेबांचा खिना जस केल्याचा उहेख मिनेस फेनी पास्मी ह्यांनी केला आहे. ह्या बाहे काशी येथील वायवाबाईसाहेबांचा वादा पाहण्यामितितो मेल्या होला, ज्या वेजी लांनी लांच्या खिन्याच्या पेल्या पाहिल्या ला वेली लांस लांनील अठरा हवार मोहरा कंपनी सरकाराने नेल्या अधे समजून आले. लां लिहितात:——

[&]quot;The Mahratta, who did the honours on the part of her Highness, took me into one of the rooms, and showed me the two cheets of east-iron, which formerly contained about eighteen thousand gold mohurs. The government took that money from the Bai by force, and put it into their treasury. Her Highness refused to give up the keys, and also refused her sanction to the removal of the money from her house; the locks of the iron chests were driven in, and the total of the open; the trupees were in bags in the room; the total of the money removed amounted to thirty-seven lakhs,"—Fage 63.

त्राही. तथा विकं मंगलाहा मक्रां अवियामें वंतन न कार्ता, मित्र मित

I. "Surely she is treated cruelly and unjustly—she who once reigned in Gwalior has now no roof to shelter her: the rains have set in; she is forced to live in tents, and is kept here against her will,—a state prisoner, in fact."—If and erings of a Pilgrim. Vol. II, page 51.

प्रामाणिकपणा हे गण व्यक्त झाले, हें सर्व ह निर्म वार्य ह पाप क्षणिमाप्त प्रामाणिकपणा ह गण व्यक्त झाले, हं सर्व ह निर्म वाया विवास ने स्वास निर्म वाया है स्वास निर्म कि क्षणि ते निर्म कि क्षणि ह हि स्वास निर्म व्यवस्था है। हो थे, वाया निर्म कि स्वास मुम्पाय है हि स्वास मुम्पाय है स्वास स्वास मुम्पाय है स्वास स्वास मुम्पाय है स्वास है। अस स्वास स्वास स्वास स्वास स्वास है। अस होणा है। इस स्वास स्वास स्वास स्वास है। स्वास स्वास है। स्वास स्वास स्वास है। है। स्वास स्वास स्वास है। स्वास स्वास स्वास है। स्वास स्वास है। स्वास स्वास है। है। स्वास स्वास है। स्व

सरकार होता. खुह महाराज नयाचीराव छिदे हे प्रसंगिविशेषी त्यांची स्वारंत होते हे प्रसंगिविशेषी त्यांची गाजत होता. खुह महाराज जयाचीराव छिदे हे प्रसंगिविशेषी त्यांची सहापाणाची फार तारीफ करीत सहापाणाची फार तारीफ करीत वायजाबाईसाहेबांचा ग्वारहेर येथे ग्रांतपणामें व प्रसंत सार्वा होता. तो मध्यंतरी, इ. स. १८५७ प्रितिष्टितणाने कालका वालका होता. तो मध्यंतरी, इ. स. १८५७ सिल्ये वंड उद्धवेले. त्यांने त्यांचा, ग्वारहेर संखानचा, किबहुना सबे हिंदुस्थानाचा शांतपणा मंग केता.

-ज़िन । नामिष्या । मामिष्या हिन्दी होडि हिन्दी । नापिषा नापिषा निर् ह द्वेख मिराकरम एडीही " कहक , हरू है है ज्याप हु ब्राह्म प्राप्तमक्ति राहतत नाहीं. महाराज शिंदे सरकार व दिवाण दिनकरराव हानी सवे माष्ट्रमाक्ष मृद्रोगाष्ट्रश्च मेंह्र (तिष्ट्र ह्याविष्ट्र) स्प्रीक्ष ते (मृप्तुक मानम र्राष्ट्र व माणगाइट जाम है, उन्हें मिह में लिखि व ब्रीमहीहास ए। ह प्रशंसा झाले आहे; व ती योग आहे. तथापि, ह्या प्रसंगी महाराणी इहर महाराज जयानीराव थिंदे व दिवाण दिनकरराय हाने सवेच नित शही, असे खणण्यास सुद्धीय हरकत नाहीं. ह्या अत्युक्तृष्ट यतेना-ने होते. त्यामुळेच जिरिश राज्यसत्तेचा विजय होजन ती पुनः संस्था-निवाण दिनकरराव खोनी ने वतेन केले, ते फार शहाणपणाचे व धूते-प्रमंगी महाराज जयाजीराव खिंदे, महाराणी वायवावाइसाह्व, आणि ग्वाल्हेर सुर करून तथ नवीन राज्याची सुस्थापना केली. ह्या विकर मिन र्वेड के होड़ी का प्राया राजी उस्मीड़ाई महिर हो हो हो। हमिरि हाक्षप । प्लांफ . हिगाज हिडिमि नियमा किया । इसुकिडम झाली. व खुद्द महाराज जयात्रीराव थिंद्रे हांन आपला सवे कुहुंबीय तींकष्टार कि द्विक विषे रक्तार मार्गि किनाइ है। इन्हें हि हां स.१८५७ साल ग्लाह इह प्रकंघर हे विह प्रक्राहर शिष्ट १.४८१ ह

भाग ९ वा.

~8:8:6·~

.एस्ट्राचा प्रसंग.

इदि थिपनिवाद्या श्वाया राजान हो हेमने । हिम्मी । र्रिमाएउप्रभ रुक क्रांप्ट क्रिय क्रिया है। क्रिया हो क्रिया हो क्रिया है। -किला, एडरहें अंगर भीषित . तिर्वि रागर पहिले ईकाष्टां कि न्यवहार व राजकारणे खांपासून पराष्ट्रमुख होऊन, कथापुराण व हेशर-क्रीप्र नम मांक प्रतिष्ट .।तिश्व । होता प्रति भाग प्रमिष्टक् हिमरे एवंच उठ्ड ,ांन्डि म किम द्विपिक छांछ रुप्रतिष्ठ्ठ लांच्या वेमवास व मोठेपणास श्रीक असाच होता. तथापि लांच्या सहाज लांचा इतमाम, लांचा शागीइपेशा, आणि लांचा हानभूमे कत असे. ह्या पेनश्नाची त्या स्वतः उत्तम व्यवस्था ठेवीत अ--मी नार्नि किए एक । इस ग्रहक्य नक्रमी छन गान नह्नक। ग्रहका निहा न एउ मिंड महत्र मार्कामाकाम परमायान स्था व हिंदे न्।एएतश्रीहरू हिए छिद किनीमिर हैए हिए म्प्रेश मिछ क्रीड नगम हिम्म साथ स्थाप साथ होते हो। ठिह्यात्र मछाक छर्गुला ह्यांछ छह्यान्छछ मकष्णुल ।ह्यां ह्याछ न्यायाम, न्यवस्थित वर्तम आणि सरकायी कालक्षेप असा बायजाबाई-वसण्याचा निस्तकम अव्याहत चाह्र होता. मित आहार, नियमित मांक कामा १ मांक क्षान हिमान है है। मिक्त माष्ट्रत राजाइ राजाइ लाक्षाइड । हांक ान्त्र नहार कुट्टायी स्रो हो। हिस्साईव रहिणेतुन आत्मानेतर बहुतकरून म्याब्हेरीस

राजकीय गोष्टीसंबंधाने विचार करण्याकारितां दरवार भरका होता. ला चेळी गव्हरमरजनरल ठांडे ऑडंड हूं ध्यांच्या वाजूने व महाराज रणजितसिंग हे शीख लोकांच्या वतीने आले होते. त्यांमच्ये हिंदुराबही एक प्रभासद होते. ते, गव्हरमरजनरल व महाराज रणजितसिंग खांच्या भेटीच्या वेळी एकदम पुढे वाऊन वसले. त्यां वेळी एका शीख सरदारांचे संहोत्या वेळी एकदम पुढे वाऊन वसले. त्यां वेळी एक पेनश्वसरच लाहांत ना !!! त्यां वेळी हिंदुराबांनी असे खोंचदार उत्तर हिले की, अहांत ना !!! त्यांचा पेनशनर आहें: व आपणही आमच्यासारखे धंचेय, भी इंग्रजांचा पेनशनर आहें: व आपणही आमच्यासारखे लवकरच व्हाल!!! हें उत्तर पेकून तो स्वाभिमानी शिख सरदार समंतरख्यामनांत ओशाळा झाला.

हानहन है नेहमी चुरोपियन ठोकांत मिरहन मिसहन वामा असत: व लांना प्रिय झाहे होते असे दिसून थेते. इंग्रजांचे प्रावच व लांची युद्धसामधी पाहून लांच्यापुर्ट कोणाचा ठिकाव लागणार नाही अशी हिंदु-रावांची पुर्ट पुरे समसूत झाली होती. खावहल एक मोचेची आख्या-रावांची पुरे पुरे समसूत झाली होती. खावहल प्रक में केणेपमणें:—इ.

स. १८३८ मध्ये फरोजपुर सुक्कामी ह्याज व शीख लोक हांचा कहीं त. "Her brother, Hindu Rao, had latterly very great influence with Scindhia; he was a fine specimen of a turbulent Mahratta, and with opportunity, might have been a second Shivajee."—Asiatic Journal, (1827)

^{2. &}quot;He was fond of the society of Englishmen in India, among whom he was very popular."

नाहीं. हिंदुराव बाबांबहरू क्याप्त सुंही व मेजर आचेर ह्या दीन तिरी वायनावाहेसाहें ह्या सुरवरूप हु मिल्ह ह्यापड्र सक्ते च क्यापड्र , एंडेपाने हें अनुमान चुकी आहे. हिंदुराव जरी विशेष सुरवह्म नव्हते, नुष्य असवि असे हिसून येते. " परंत वायनावाहंसाहेवां-मिष्ट मिष्ट , ममुष्ट माइणिए इष्टि हिन् हिं। मुद्धे । मन्निकिसि ाछ . जिल प्रकार में में मुंदर होते असे मिनतां के प्रकार में इलिसिक प्रकार किही ,ांतार चुर्न प्रदेवस्त वसविकी आहे. सामाणे पाहूं जाता, दिखी 'मेलिक्स साहेबानी कृष्णाकुमारीच्या सोंद्यांची कल्पना तिच्या मा-,कि ब्राष्ट कॅब्रीकी में ए मांक्रक कार्य किया कुड़ी । मक्रकक .र्ह क्रिया क्यान क्यान स्थाय स्थाय क्यान विष्य क्रिया है। इस विष्य -निर्ठ छिमाएला द्रुप्तभेषाङ्ग रुधिष्ट क्षित्री गृविसत दिमि कृग विभिन्न चाहा असे. हिंदुराव बावा रूपाने बायजाबाहेसारखे सुंदर नव्हते. गर्ही हांक्रि मध्मीरिष्ट क्षिण म्यूम्स इसीय । डाइ । हांहाइ हाउ इंग्रच सरकाराने पनशन करून दिखीस ठेविछे, दिखी येथे हिंदु-१८३५ मध्ये वायजाबाइंसाहंबांस अरहावादेंस आणिबानंतर, ह्यांस . म . इ म्ह्रेस डाफ्न इंप . मेर्ड होर म्हिमाड में यून इ. स. र्जिमारु हेरिक र्राजिक भ्रांक नकार भारतिकार क्रांड । स्टेंबिक

I, "If Malcolm inferred Kishen Komari to have been beautiful from the comely features of her brother, one may conclude Baiza Baiee to have had little pretensions to a good physiognomy, judging from the portrait of her brother, which hangs on the walls of the Delhi museum. In that portrait, Hindoo Rao appears to have been a stout gentleman of the regular smarthy colour, but with a pair of very animated eyes."—Calculta Review.

. काकाणक मेह जिल मही क्रिय उत्तर हिरिक होसारितिति विदेश एउपार सिंह हों सामितिस हागाडुम म्मापापुंदेश हा हिल्ला हो। हो। हिल्लापापुर महागाज अरा मिनिह मिनिहास अराज्यास मेरि संतर बाह्साहेबानी लोना भेर एउरोम, मसे उन्हों इन्होहा, हिरीज़ि व स्वानमा व स्वाने हिरीज़ों प्राक्थ महाराज जयाजीराव हे आपला हरवारी चालीपमाणं भारहार चोपहार याने. शिंदे सरकार इतमामाबांचून कथीही येणार नाहीतः" नंतर नाही. महाराज शिंहे मला भेरण्यास येतील, तेब्हो स्थान स्थानवर्गान् नाहीं व राजकीय इतमाम स्यांच्यावरोवर नाहीं असे पाहून, महाराजांची भेर तहेड हैं सिर्माना महाराजांचा प्रीष्टि होंदे सरकारास श्रीमण्यासारख .र्जार नोम्हाहार मङ्क्य रिनिकारण्यम् सांब्रुवाहिता हिली छाए। मान र्त मृष्य :र्तिष्ठ र्हार मनूष मामक्ष विमान वामाहम नार्माहम नार्माहम नार्माहम नाताबेताचा असून लांचा सवे पोषाख इंधजी नमुन्याचा-ब्र्ड पारलु-भेरण्याकारितां मुहाम उन्नतीस गहे. त्यांच्यावरीवर त्वानमा अगही इस असत. एके प्रसंगी महाराज जयाजीराव शिंहे बायजाबाइसाहेबांस जान । एन किम्हीफण्ठा। एन हे , सिल नाममील जान । हिन्दू कि

वायतावाईसाहेबांचे वंधु.

वायनावाह्साहेवांचे बंधु चयसिंगराव कर हिंदुराव वावा घाटमे बांची थोडीशी साहिती वायनावाहंसाहेवांच्या कारकीदींच्या पांचव्या मागांत विका आहे. तथापि सांचा संबंध वायनावाहंसाहंसाहंचांच्या मीवनचिर-नांत विशेष अस्तामुळ सांचावह्त आणकी थोडी माहिती मादर कंत विशेष अस्तामुळ सांचावह्ता वावा घाटमे हे वायनावाहंसाहंचांच्या क्रियों अव्यम् आहे. हिंदुराव वावा घाटमे हे वायनावाहंसाहंचांच्या हाती सर्व राज्यसूचे असतांना सांचे सुख्य मसरुतरार होते, व संभांचे वायनावाहंसाहंबांच्या दरवारी विशेष वनन होते. पुढे वायनावाहं-

सिरित काहे. तालये, अशा सीतीने बायजाबाईसाहेबांनी आपल स्पद्गीगरी चालकून ग्यारहेराया खिनन्यावर आलेड संकड दूर केंदे.

नातुर्य.

नाइसाह्नाच्या शहाणपणाची तारीफ करून आपला शब्द परत घतला. णिष्ट ;रिप्तिगिष्ठ मृष्टिक क्षिष्ट मञ्जर किमस् गिर्शिष्टक निर्गण प्हेंद्र, नजरनजराण्यांची वगेरे जमा काथ झाली ते विचारले. दिवा-मुपार हालान्त्र बाह्माहेबानी दिवाणास बोहान आपून -र्णेह .र्रुक ि नामित सहित सीला मोहल ने के के. व आहर ठेवविला. अशा मंगल प्रसंगी नमर्नम्।णे व अहर करणे सवे गारीजवळ राथाकुष्णांच्या मूती मोडून त्यांच्यापुर सर्व नजरनजराणा सोडिङा. त्या दिवशी बाहेसाहेब स्वतः द्रावारांत आख्या, व त्यांनी आपल्या नगेरेंनी हजर राहून रीतीप्रमाणे लगाचे अहर करावेत, असा हुक्स रण्याचा द्रवार भरविला; व लास सबे सरहार, शिलेदार, मुत्महो, -।क्रिक रहेरू ह णिरहरम्हर क्षेत्राप्तक णिमप्रकाम क्रिक्रांक्र उत्तम प्रकृति साजरा केला. नंतर एके दिवशी त्यांनी शिक्षाम्प मांसमारक रम्हर हाम्डल अपि ती गीह क्यूडिंक मांल वापूजी रघुनाथ खानी त्यांच्याजवक नापसती द्शिवितो. बाहेसाहबानी तुळसीच्या तमास असा मनस्यी खने झालेला पाहून, त्यांचे दिवाण -१९४ हाड़ी णिष्ठि शरुक मंत्रामम गर्मरुटि । मामरु । एनिक्छि । मिर्ग किर्ह क्र मितिसर रामजाकरनार हैए । हर्रहुशहर तित्र प्रजाहजार अहित. त्यांपैकी मीनेनी एक गोष्ट वेथे दाखर कारितो. वायताबाई-इसिह क्षेत्र हिसाई साह जात वाय लाज हाह indolle से अपे अपेड

उन्या चारक्षीरीतीविषयी अभिमान.

-ग्रावर्ड एवंब्रिस आफ्या हुड्डी एक्पार संब्हास्डाबाहरू

''? छाक्र किरुक्षी किरु हैएव छुठ । इड़ छाड़ा छ कुकाग्राक9स छुड़ि ,िक द्वार छिपाननि सप । एस छम नेना छ नक्ष इक्रम । प्राम्राक निमान । हो। देश हे अह न कि । विवास वास्य अहि। स्वास गिणाइम'' ,रुनिळक में ए भागकाम नाष्ट्रहों नाममन व निरिपिरुन ाहरीम निष्ठ ह : अह अस्त है देखहुर अनेक उडेमी , महाप । एउसह कम क्रीकिंगम । इ । हिंधि हिन्ह गेकियाहरू ? प्राएकमी प्रिष्ट ने कुकि मारीत ने तेथील मेंन्याच्या पगाराची अशी रह आहे, तर इंग्रज सरकारा मनोतलामनांत थियून गेले. अथोत् न्यारहेरच्या खनिन्यांत जार पेसे मेहेरबानी करून कने देववाल काय ?! हा प्रश्न ऐकून रेसिडेटसाहेब एमारू ६एउ एउ । इंड मामारू म्ड्रेकाग्रकाम एडीही गिनीकाम्र ,ब्राध नांत्रह फ़िनारणक । एक नक्षि कब्रीई जिएए रिसालाकमा F प्राप्त हन्हें हमाध " ,कि रेबिप्राह्नि में श शांष्ठ मह्नकाण्नाण णाप्त रॅडिनडाए ईकांहडाएडईसिर मांछ , मोहपूराएणई किरीकाहणाम मेर्ग इकाष्ट्रमाथ इंड्राएउइसीर शिक्ष ;रुविश्विक मांक्र ठाविषिहास्र ।ज़ारे शिमग्रक निवास र्जाप स्था अधिक की वायन का माने होहा हिन्ते .िकाइ संकर विकास प्रिया प्रिया मानिही उसन साकी. वेन्हों उसने पेसे घेणार ही गुप्त बातमी कळली; आणि खाभाविकपणे, आपव्या मध्ये एकही न्यंग नव्हते. ह्या वस्ताद सीला आपल्याकडून सरकार निश्व गुण असा होता की, तिला मोह पाडून फसलिण्यासारखें तिन्या-धूने, मायादी, मनसबेबाज, दक्ष अशी होतीच-परंतु तिच्यामध्ये आणस्ती

हें पत्र गेलानंत्र काय घडले असेल हें कर्पनेने कीणामही सहस्त , ताहितां येईल. उया अधी बायजाबाई ह्याच द्याच्या अडचणीत असून, ग्वाल्हेर येथील फीजेचा पगार तुंबला आहे व ती फोज विश्रली आहे, त्या अधी तेथून पेशाची अपेशा करणे योग्य नाही, असे समजून सम्बन्धित केला वेशाची तो विचार सोहून हेणे भाग पडले असेल हें

इस उक्छण्याचे नाजूक काम गुप्त गीतीने सोपिनिण्यांत आरहे. मुहस्य रेसिडेंट होते. स्थांच्याकडे महाएगी वायनावाइसाहेबांकइन हें शिकाकहार ह राष्ट्र रास है उध्हुर रुहेक रिम्हेर हाज्या व्यापन ालक क्रम मामाज्य मिक्रिमी नितिन्धु निगल क शालाख प्राम्नि हांनम फ़िनांइडाएरुरेनहरू हिना है। हिना राण्डे हिन्न निव्हा बायजावाई ह्या कंपनी सरकारास दहापांच क्स क्यावक्त एनांक प्राक्रम होड़ी नामहरू हाएँ। इ. (त्रहाध एएक प्राय है किछ अशी कल्पना आसी को, आपण शिंखांकडून काय मिळते ते पहांबे. मराठे वकाच्या (इब्याक्ष्येण करणाऱ्या गव्हर्तर्यनत्स्त्रमहिबंच्या) मनांत -हुड्राठ । एक मानद्का एक । हुन्। प्राप्त मानद्का प्रकार समानदका हुन्। उसते दिने होते, व त्यावहरू काफ्न संस्थानाक में कहा मिड नशबायवद्भन पेसा मागतां धेहेना. त्यानं ५०।६० रह्म रुपये तुकतेच इच्य ठवकर मिळविले पाहिने, अशी नहरी वाहूं लागले. अयोध्येच्या फिन फिक हि कि नद्भिक मांछ उन्नाहि होंड कामहर्मे हना रहमाए -चिक्र फिलाइनक्क फेलमाँडिकिरोक फिलाइन फिलाइन किनाइन नि

-म रेंग्र एए। डिस्ट एक्टि रेंग्रेस क्रिक्ट क्रिक्ट एड्रेस होंसे आए हैं मुक्ति गेलाबा हुन । होने होने एडमिन हुन होने । होने हैं । णिए मिनाइं रुस्टी विश्वमाधि क्रिसी द्वाष्ट्राणीक रुस्टिमाहाणीए

तेर घातून रेखिडेन्सीमथील गुप्त राजकाएणे एकसारखी पाहत असे. क्षिल सिर्म किया नाही, ह्याची मात्र होका आहे. कारण, ती डोक्योमध्य मञ्जाह माउईमिर् द्वाक्र छिल्छ सम्बन्ध मुद्रम ।

ग़ल ि । तर निरुपामध्ये आणाक्ष कांही निशेष गुण होता. ता भार नायजाबाह्मध्ये आधिया खंडांतील किकाने सबे गुण वसत होते.

क्षिमार हिल्ला एटनाण्लकक र्नाषायन दिला हिए मिर्गुरास व हिल्लि -रुम्प्रड्ला छ सप्टर्मेई लॉस प्रक्षीम र्राप्त छ छ छ हिल्ल

British Government could lend her a million!" 'Indeed, her minister has just been here to ask me if the find that her Highness herself was in great want of money. concern and surprise-we know that Dada did surprise him-to wrote to his lordship, Lord Ahmerst, expressing his deep drawing largely on the imagination, that Colonel Stewart the sails of the gallant Resident. We may suppose, without dence certainly, and one that took the wind completely out of be pursuaded to lend hera million? Here was a singular coincicount of not getting their pay, the British Government could to ask him if he thought, her troops being mutinous on acwalla-of whom we shall hear more by and by-to the Colonel, danger. She hastily dispatched a favourite, one Dada Khasgeeand naturally enough became awakened to a sense of the this artful personage got scent of the intention to borrow, was said, a single amiable weakness. By some means or other, ing, vigilant; 'the something more' being that she had not, it Asiatic woman, 'and something more,'-crafty, false, intrigucourt ever found the Baiza Bye napping. She was a true History; but we very much question if any Resident at her the fact is not recorded in any known work on Natural ful game-keeper has caught a weasel very fast asleep, although Highness. Now, we do not doubt that some extremely watchtask of pumping-we beg parden for the vulgarism-her Royal Gwalior, and to him was confidentially entrusted the delicate a very able diplomatist, was the Resident at the Court of paltry million? The shrewd idea was acted on. Colonel Stewart, ferent to the solds of lending the great Company Bahadoor a

असावयाने सीह्न, आपल्यासमक्ष सुचीवर बसले, हें स्यांस पसंत पड़लें नाहीं. त्यांनी रुगेन तीच सुची त्यांच्या डोक्यावर आपरण्याचा इक्स दिला ! हो गोष्ट एका एस्कोर ऑफिसरने लिहिली आहे.

राजकारणचातुर्य किंचा मुस्सद्दीपणाः

किह सानां असतां ग्राहरना से राज्यकारमार् असतांना, बसी

I, 'It was during the regency of this lady that our wars with the Burmese and the usurper of Bhurtpoor took place—wars which cleared the treasury of Calcutta of the immense surplus cash which the frugal administration of the Marquis of Hastings had amassed. To get money somewhere and somehow was a necessity which the Governor-General, Lord Amberst, felt, admitted of no delay. The ling of Oude could not he applied to again. He had lent a few millions five or six, and had been paid off with a strip of territory taken from Repaul. 'Suppose' said a Calcutta magnate, 'we try what sindes will do. The Mahrattas are a singularly pennious race, and the coffers of their chief are believed to be well filled in the cash of the coffers of their chief are believed to be well filled in the galace; and who can say that the Baiza Bye would be indifpalace; and who can say that the Baiza Bye would be indifficance; and who can say that the Baiza Bye would be indifficant.

अपमानावहरू द्विक्षा.

महाराजपुरची ठडाई झालांनेतर बायजावाईसाहब नासिकाहून गांत महिका महिनाह नेति से अंति सिक्के फुर्साम्चे फुर्स मिर्फे के कि को मिर्म में में सिक्के कि में में में सिक्के कि कि में में सिक्के कि सिक्के में सिक्के कि सिक्के में सिके सिक्के में सिक्क

what may be termed 'gentleman ushers' diplomacy were exerted to induce the Commander-in-Chief to take off his shoes when within a certain distance of the throne; but Major Macan, the Persian interpreter, declared that neither Lord Combermere nor any other English gentleman would submit to any other forms than those required at the court of his own Sovereign. After much argument the point was yielded, and Lord Combermere and his staff went, as one of the latter apthord Combermere and his staff went, as one of the latter apthored Combermere and his staff went, as one of the latter apthory compensed it, 'booted and spurred like soldiers." The Mahratta, however, had his revenge, for the only seats at the grand durbowever, had his revenge, for the only seats at the grand durbar were saddle-cloths-articles of furniture characteristic of the warlike camp-life of the nation—on which the English officers, with tightly-atrapped trousers and long sharp spure, found it impossible to contrive a comfortable posture."

[—]Memoirs and Correspondence of Viscount Combermere.

गोधी वार्वार घडत असत. । इस् रिकाक । एक प्रिष्ट ग्रिकाहर रुप्तिप्रधीग्राम्प्रक ह रुप्तानाममीहरू निया करणे करणे कारीण आहे !! तालये, वायनाबाहुसाहेवांच्या । अरोत् तिस्यावर वसूण कराण परिक गाम कराय हासुक मार्गित मोर्गि हि। में खुरुष में खुरुष में शिक्षा के शाहर है। से स्वार्थ हैं स्वाराष्ट्र हैं णिमपिलाज एकाथ हुरे। रहे हे इसंडह संक्रि निष्मीरिष्ट हैस सुमार्भ व मेरी वर्गेर झाल्या. ह्या द्रवारामध्ये वायजावाद्रमाहेवांनी । इस मार्ग केली नाहीं, अखर होग महि महि किक प्रनाम माक्ष । ছেন্ট্র দুদ্দীদর্ঘক হাঁত তাদি ব্রি চ্ট্র্য ". চর্চ্ব্রাণ । জেজাণ ট্রিচ্ मिल लिएक प्रय होता है है । असन है । असन है । असन है । असन है । महि। स्वांने हाणे असे पहें हैं। "भिन होता सन्मानान्या रें उत्तर पिकड़म भिष्ठां एन्लांफ ह मांब्डीएड्राबाह्माब रेक्ट है .रेज़ी उत्तर छिष 'रिव्रान गाण, काह्यी असे उत्तर हिसे. . जंद हिंद क्रिक्ष हिंद र्रिलिश होरा असला हो है। .रुपड़े क्षिष्ठ मामनप्र र्स्थ, 'मिष्ठ मक्रम प्रहाम वाध्य हमान अधी अधरह बाहुसाहबांच्या द्रवारी मंडळोंने फेल. परंतु होंच क्रांस मिछ (म्ह्रीप लाभ म्ड्राक उड़ मिमेल णिमप्रिकाम । एन्राधर हुई।

[।]জন্তাহ জড়িই চাঁদ্যীদ াদ্দায় স্পদীস্দকৈ তাঁজ ছাইছ ।দাণ্ডাদি ।য়ে ?

आहे. तो वेजेप्रमणि:—
''The neighbourhood of this city was reached on the 2nd
of January, 1829, when a halt took place for the purpose of settling the etiquette to be observed on this occasion. There were great difficulties in the way of coming to an arrangement, for the capital had never before been visited by a personage of such high rank as Lord Combermere. All the artifices of such high rank as Lord Combermere. All the artifices of

आद्रातिथ्य.

बायजाबाई हा मनानें उदार असून आद्रसक्तार करण्यांत कार् तरपर असत. हांनी लॉर्ड बुड्लम बेंदिक व लॉर्ड ऑहंड हा गव्हर्तर-जनरलसाहेबांच्या भेटी घेतला होत्या, व लांचा आद्रसक्तार उत्तम प्रकारचा केला होता. त्या सबे युरोपियन लोकांशी फार वांगला सीतोनें वागत, आणे त्यांचा संकार करण्यांत औदार्थ दाखबीत. लांच्या पाहुणचारांनें संतुष्ट झाला नाहीं, असा एकही युरोपियन गृहस्थ सांपडणें विरत्धा. बायजाबाईपाहेबांचें हें आद्रकोशल पाहून युरोपियन सांपडणें विरत्धा. बायजाबाईपाहेबांचें हें आद्रकोशल पाहून युरोपियन संक्षेत्र त्यांशिक करीत असत.

स्वाभिमान व उपचार्यवेषता.

वायवादाहेच्या आवडीबहरू मिसेस फेनी पास्से खांच्या प्रवास-धृतामध्यें एक मीजेचा उक्षेख आहे. ही अंग्रु खी ज्या वेळी इंग्डंडास परत गेली, त्या वेळी बायजाबाहेनी तिला आपखा आवडीच्या तीन वस्तु इंग्डंडाहून पाठिविण्याबहरू सांगिति होती. त्या येणेप्रमाणे:-१ एक अतिशय उमरो व अस्मुरू जातीची आस्वी घोडी. २ एक अगही चिसुक्त चेह्रएबहे, सफेत रंगाचे, तिल इंग्लेडां व लंब इंग्डंडाहून क्यांचे वाख बाबाबिणारी कल्सूबी बाहुखी!

ne sut "

१ वायजाविध्योहेव ह्या घोड्याबर वसण्यांत पराहेत असून त्यांनी समरांगण पाहिले होते असा उठेख दोन आंग्ड जियांनी केला आहे. मिसेस फैसी पास्ते ह्यांनी पुरीक लेख लिहिला आहे:-

[&]quot;The ladies relate, with great pride, that in one battle, her H_2 hness rode at the head of her troops, with a lance in her

hand, and her infant in her arms!" मिसेस उनुवक्षी झानी खुह बायवाबाईच्या तोडनेच पुढील उदार दिले

erigit:—
"I, too, have ridden at a battle: I rode when Wellesley Saib
drove us from the field, with nothing but the saddles on which

.डिंकित नाहीं. भाष्ट्रणाम मामान्य स्वक्रिक स्थापनाम हो। विक्रिक स्थितमान बार्णायाम नहु मिल मुस्थ पृष्ठ होड़ि मांछ गाष्ट्र . जिल में असून खांडी बहुत महिष् किंतिमधिष । इन्हें सांकालक है विभिन्न । इन्हें से विभिन्न । इन्हें से विभिन्न । किही करुण दिएह ह प्रमण्ड सांप्रकाइ किथि ह ,किडि किर्म माप्र हासही सुनारें होन रुध रुप ने बाला. हें इंऊर इ. स. १८४९ सारी नाही. पंढरपूर येथील द्वारकाथीशाचे मंहिरही असेच मुंदर आहे. ज़िष्ट मारू शिमधृहर्त्र । प्र्लांक र्रह्माकाश संबी फ्रिहंश्वम प्रवापन्त । प्र्लांक हुरेप शार्वि । छन्न एन एन एन एन । हो। नाह्याह मिन्स्या सुद्र आहे बांत शंकान नाहीं. "बा बाराक्तां वायना-नड़ हैं मांडाप्ट हेम रुतिविक्ष कारा है है आर कि महाप कि विक्री अलिए इतका विस्तृत, इतका सुर्र, इतका साथा आणि इतका प्रमाणञुद्ध हिंदि सह देशींट मिलडीए ईप्राय्नाल हाण अधित क्ति , त्रिड्राफ तिथि व वार कि इंग्लाब्या हो प्रमुख सम्बद्ध प्राप्त का बार पाहण्यापूरी मरु। असे बारत होतें की, चिमाजीआपा नेशब्यांचा ाइन्हान्द्राया मेरे से होल छेड़ी सेंस् मिंग मेरे मिर्म मान्या 📰

आवड.

ान्त .सुर क्षि नाय वाष्ट्र विद्यावर वस्त कार्य कार कार्य कार कार्य कार कार्य कार कार्य का

.हामहरू

ग्रीब होकांवर उपकार करण्याविषयी त्या सद्रोदित द्धा असत. आहरून येत नाहीं. एवहेन नन्हें, तर प्रजेस सुख देण्याविष्यी व अन्यायाने प्रतेस पीडा देणे, वर्गे प्रकार त्यांचे हातून कथी घडल्यांचे शिक्षा देत असत. परंतु, विनाकारण अनाथाना छठ करणे, निवा कड़का एन हाम लड़हाल . फिन निर्ड महम हमपट हिने नी। हाना माहिल .ड्राप्ट म्हा स्ट्राप्ट हेर्क मणेट हैं मारामहरू एप्टाप्ट तांना, ''ती स्वभावाने कडक होती, तथापि कूर किंवा खुनशी नव्हती." -इिल फिम्मिएमप्राक्रमा राज्याबाईच्या राज्यकारमाराविषयी लिहि-में कि होते प्रम मांग होग क्यें को कार्य होग । अर्घ होम । ाद्र किस्रनिज्ञ ह गिरक महिही । ए रुस्पाएन ए ए प्रह्म कि मिर्ग मुंह सांच्या बुत्तीमध्ये थोडासा तापरपणा आला होता. त्याचप्रमाणे थनम्, सा कोरीतत्वा असल्यामुळ कार मानी व पाणीदार होला. त्या-वास्तिकि लांचा स्वभाव तशा प्रकारचा नव्हता. त्या 'मानोहि महतां वायनाबाईस क्र्र व जुलमी रामस्रियांचा मालिकत गांनितात. परंतु प्रमाणेंच लांच्या कन्येचा स्वभाव असेर, असे समजून पुण्कळ रोक नामान क्माप्रभाव मान मुद्र व तामती असल्यामुक त्यांच्या-

.क्रीझार्थ.

वायनाइसाहब बांच्यानक द्रव्य विशुरु होते ह तेही अंशी भार्या वायमान हंसाहब बांच्यानम्य द्रव्याचा स्वायमान संस्था सामान स्वायमान सामान सामान

नीपडाउ व सहणी

कापहानी गाही असे. परंतु ला कथीही पलंगावर निजला नाहीत." होते. त्या सहोदित जमिनीवर निजत असत. त्यामुळे त्यांस संभिया-रुप्राक्षित्र माश्राप्तमाय व उपासतापास रहीका हिए संक्राहर निह्ना नेयन्यद्शा प्राप्त झाल्यापासून त्यांनी रत्नातंत्रमांस मुक्ता माथा पाहला मात्र होशा. लाहितय लाखा पाला प्रकाम मित्र । स्वायवादा हा अमर् सार्च मित्र मित्र होमा होला हो। बाह्ने हा। गोरीचादंखील उहेख आपत्या प्रवासश्यामध्ये केला आहे. हिन असतः आधि निमीतर निजत असतः मिसेस लाभः हड़्य पारमाधिक कृत्यांत घात होते. का कक्त साधी वसे परिधान हम रिमाभ राज्याविकाराची परिसमाप्ति झाखानंतर त्यांना आपर्रे सन र्रजी म्ड्रिमि सारुवीहार हेए ह राक्रांप्रधापित रिपाध प्राक्षण फिन्तिए अहि. लांनी हिंदुस्थानातील साध्यी व सुशील सियांप्रमाणे आपसा वियोग झालामुळे वायजाबाइमहिबांस आजन्म दुःख व्हाबे हें साहिबिक ामिक प्रकारी ११४ हाएक उड़ेर्ड गिरीक मिफ्क मिमिस्ति ।एउन्ह मागरीत बुद्दन गेखा. त्या प्रसंगी खुद्द दोरुतराथ हिंद होने प्रांचे स्त झाखाचे इत वायजाबाइस ज्या वेळी समजले, त्या वेळी त्या हु:ख-निति। प्रकंप । मांग्राहिमः, 'कि ब्राप्ट रहिली मिष्ट गांकमृ । एक नाश नाष्ट्राक्षाक्ष प्रिकार एका समान नर्श . ति इ म्हाकाप्र इमि हितिए । ह्यांक प्रहाष्टांक ह । छाड़ि धनितिए । छाड़ीम । छाड़ि। हर्क भिने होति हो हे हे हिल्ला होते हैं है। हो हो हो हो हो हो है है। नाय नाम । इन्हें मिल व राहण्या है । माने भारी

ज़ास अधी तारण्यावस्तेत तें अपतिम असरें पाहिने हें उघड आहे. ,तब्रीक र्जडीक गाइट र्जागंच क्तइ राष्ट्र राष्ट्रीक राष्ट्र राष्ट्रीक राष्ट्र हैं हैं म नाहराहर । इसा अधी अगर सियानी वायजाबाइसिहाह्या उतारव्या-मधाक गिष्टा (ति, ति इ इ स्टि कि विवास है। एन स्टि ह सि विवास है है है नणगरमा गीम छान्। मांतु भादी भाव वास्त्र भाग । वास्त्र भाग । माम काम काम हिंती ,रिड्म मधिउ कमम कि किमा साम किरहम देनस्वी दिसतात; लांकड पाहून, प्रकाशामध्ये हाश्चाक घरिका माछि हर्न हां , रुंद इकाष्ट्रांश मुक्त हर एड्ड हाम रुमान्तेहरीयां ह जये उन स्थानी वसत्या होता. त्यांच्या सायेपणामुळे व त्यांच्या प्रोह नाष्ट्रहा असा उछेल केला आहे:---'बायजाबाईसाहेब ह्या पडचा-निति पिष्म । एत विद्य किति उर्फ कि ड्रीमाया मान है। एत प्रमा आहे. ह्यानंतर इ. स. १८५८ साली मिसेस ब्युवली नामक दुसच्या रुक् मणेव मिश्र " ब्रीश मिश्रक मिशिश छो। मिश्रिश मिश्रिक्ष मांभ हे भायनाबाई ह्या हुइ असून विसण्यांत हुशार आहेत, व त्यांने किह । का नेबरीवर वायजाबाइसाहबानी भेर घेतले. त्या वेळी इ. स. १८३७ रोजी अलहाबाद मुक्कामी हिंदुस्थानचे गब्हरनरजनरल इसरी थ । 15 मिड़ी नडड़े लिमीप लग्नेमांथ थी कि लगंध फिरु

 ^{&#}x27;She is a clerer looking little old woman, with remains of beauty." —Up the country. Vol. 11 Page 65.

^{2. &}quot;The Bhae-sa-bhae sat in the place of honour next the purdah, and arrested my attention at once, both by the simplicity of her toilette and the great dignity and self-possession of her deportment. The lustre of her still glorious eyes reminded me of the light, she is over seventy years of age, but apparently as energetic as in the days of her flery and intriguing parently as energetic as in the days of her flery and intriguing youth," —Mrs. Duberly.

"",त्रीड्राम र्हाप मुम्ही लिम रहाष्ट्र इंद ।प्टांहक्षी मामरुप्तम आह केलावांचून राहवत नाहीं. हे गुण अफू खाऊन सदेव सुस्त व निद्रावश मिड़िस प्राप किम हिनी, किड़ि किमरी किमग्र कि णिष्टि एडकाम कि अहंत्र, त्यांची मुखनयो भार शांत आणि निक्कपट असून, त्यांच्या मुहेत्तर उन्हें ह क्रुनान जास समाम असून, भारत होश क्षेकानिनी पहिने रिकाम रिका मधुर असून साने बोरुरोम एउने मिले होस रशुर झारे आहे. त्या आपत्या ताहण्यामध्ये फारच सुंदर असत्या कुद्ध बाला असून लांक केश शुभ बाहे आहे। व लांक भूप किनित् सनिष्य सामा भारत वार्याचाइसाहेच ह्या वन्याच आद्रसत्नार करण्याकरितां त्या उद्ग उभ्या राहिसा, च आपत्या-वर खांच्या पायाजवळ ठेविसे होती. आहा लांच्याजवळ जातांच, आमचा -हिमा । होला अध्य देखा होला । आहे सरकारची तरवार लांच्या गादी-गमरामासेहे हिलो में अस्या होता. खांचासभोवती त्यांच्या । জর্ফ ট্রিচ শাৈদ্যাজন্তীর্জ উচু জর্গাণ্ডাপ্ত । ড্রেন্ড চার্নাড । ডি ডি ता. १२ एपित इ. स. १८३५ रोजी फत्तगढ वंधे भेर घेतली. त्या हिन्द्रिप्तक्षेत्राहरू हिन्द्र राष्ट्र क्या क्या स्था हिन्द्र हिन्स

I. "We found her Highness Baiza Baie seated on her guddee of embroidered cloth with her grand-daughter the Gaia Rajah Sahib at her side; the ladies, her attendants, were standing around her; and the sword of Scindia was on the guddee, at her feet. She rose to receive and embrace us, and desired us to be seated near her. The Baiza Baie is rather an old woman, with grey hair and en bon point. She must have been pretty in her youth; her smile is remarkably sweet, and her manners particularly pleasing; her hands and feet are very mild sand open; there is a freedom and independence in her air that I greatly admire, so unlike that of the sleeping, languid, opiumeating Mussalmanees."

ीहे > मिस

.प्रिंगि डिंग्न फिनंड्डाम्ड्राह्माहमाह

49 64.

नार तीएन विष्ट मिट्टेन्स से प्राह्म कि नार ने हिस्स मिट्टें सिला नार कि नार कि नार कि नार कि नार कि नार कि निस्त कि नार कि निस्त कि निष्ट कि निष्ट

स. १८५३ पर्येत मंत्रिमंडळाचे विद्यमाने चालता. नंतर महाराज जयाजीराव शिंदे हे वयांत आहे, व त्यांस हिंहुस्थान सरकाराने सर् राज्याची मुखत्यारी दिली.

वेणेप्रमाणे क्षिरस्थावर झाखानंतर वायवाबाह्याहेव ह्या पुनः उत्तर वेणेप्रमाणे क्षिरस्थावर झाखानंतर वायवाबाह्याहेव ह्या पुनः उत्तर व्यावावाह्य के के प्रमाणं ने ते के प्रमाणं के के प्रमाणं के के प्रमाणं के के प्रमाणं के हिंदी व्यावाह्य के लिक के माण्यांचा हिंदी आपको के स्वावाह्य क

महाराजपूर व प्लिशार वेथं शिंबांच्या पक्षांस अपवश् आखा-नंतर, गव्हर्तरचनरत्त्याहेवांनी महाराज जयाजीराव शिंहे ब्रांस आपखा तार, गव्हर्तरचनरत्याहेवांनी महाराज जयाजीराव शिंहे ब्रांस आपखा ताच्यांत घेऊन, त्यांस ता. १३ जानेवारी इ. स. १८८८ रोजी-पुनः गादीवर व्यक्तिः व ने अज्ञान आहेत तोपयेत त्यांचा राज्य-कार्यार पाहण्याकरितां रामराव फाळके, देवराव जायव, मुनशी राजे वळवंतराव बहादुर, उदाजीराव घाटगे, मुखाजी शेट आणि नारायण-राव भाऊ पीतनीस ब्रा स्रखांचां मंत्रमंदळ नेमिले. ब्रां मंत्रमंदळाशी पुत्रख कंपनी सरकाराने सेन्याच्या खच्चिकरितां १८ त्यांचा मुद्रख कंपनी सरकाराकडे नेम्न बावा, व ग्वाव्हेर संभानांत कक्त इतके सेन्य ठेवांवे वगेरे महत्वाचे मुद्रे द्रांतिक. ब्राप्तमाणे तह बालानंतर इतके सेन्य ठेवांवे वगेरे महत्वाचे मुद्रे ठरावेले. ब्राप्तमाणे तह बालानंतर इतके सेन्य ठेवांवे वगेरे महत्वाचे मुद्रे ठरावेले. ब्राप्तमाणे तह बालानंतर इतके सेन्य ठेवांवे वगेरे महत्वाचे मुद्रे ठरावेले. ब्राप्तमाणे तह बालानंतर

केरेठें द्रधिस पदते. फत्तेगड येथून वायनावाईंनी, शीमागीरथीच्या तीरी शुंगीरामपूर क्षेत्री राहाण्यावद्ठ आपला मानस गव्हर्गराजनरळसाहेबांस कळिनेला, परंतु तीही त्यांची विनंति ^{मान्य} झाली नाहीं. वायनावाइं-साहेब ह्या इ. स. १८३५ सालच्या अखेरपरीत फत्तेगड येथेन साहेब ह्या इ. स. १८३५ सालच्या अखेरपरीत क्यांचा काशीस किंचा होत्या. नंतर कोर्ड ऑफ डायरेक्टर ह्यांनी त्यांनी त्यांचा काशीस किंचा दक्षिणेत जाण्यावद्ठ सक्तीचा हुकूम पाठविला; व तो अमलांत आण-ण्यास त्यांस एक महिन्याची मुद्त दिली. त्याप्रमाणे त्यांचे निवणे न झालामुळे त्यांस क्याप्टन रॉस ह्यांनी तरहा साहारचाहे-हुन अलहाबादेस आणेले.

नंतर कांही दिवस बायजाबाइंसाह्बांनी अलहावाद येथे व नतारम धंवें धंधं केंगा केंगा केंगा सुर्व हैं स. १८४० साली हिंदुस्थान सरकारमें सुंबई संस्कार केंग्रे नास केंग्रे में सुंबई सरकारच्या परवासकाने खांस गोदावरी नदीच्या कहान हैं से खांस गोदावरी नदीच्या कहान विलें. त्या-प्रायाणे बायजाबाईसाहेंच हिंग्रेणेंत येजन नासिक येथे राहिस्था. इ. स. १८४० पास व वायजाबाईसाहेंच हिंग्रेणेंत येजन नासिक येथे राहिस्था. इ. स. १८४० पास व वायजाबादिसाहेंच हिंगें. संस्कार ता. ७४३ रोजी महाराज जनकोनी-परंवास होंग्रे संस्कार हैं संस्कार हैं संस्कार हैं संस्कार होंगें संस्कार हैं संस्कार है। संस्कार है से संस्कार है संस्कार है संस्कार है संस्कार है से संस्कार है

रात शिंहे हे मृत्यु पावले. मृत्युसमयी त्यांची इच्छा बायजाबाइसाहेब हांस मेटावें अशी फार होती. परंतु त्यांस त्रिरिश सरकारची परवाचांस न मिळाल्यामुळे तो योग घडून आला नाही. मृत्युप्यी महाराजांस आपला वर्तनाचा पश्चाचाप होऊन, बायजाबाईसाहेबांची माफी मागाबी व आपला राज्यकारमार पुनः त्यांचे स्वायोन करावा, असाही मागाबी व आपला राज्यकारमार पुनः त्यांचे स्वायोन करावा, असाही मुविचार उत्पन्न झाला होता, असे हाणतात.

एडोही ठंसाख्यम तितमे सुराधि भांस वाप्रीयिकनम पाउस मइक व्हासामाम वाराणकु हिस्स र्माव्य निराम्य निराम्य प्रव्याकास इन्हां राष्ट्रां राष्ट्रां है। इन्हां प्राप्ति प्राप्ति प्राप्ति है। इन्हां है।

.ग्रेह्नाह

। मरु नीड़ भीषधारक थैमभ न गंत्रभः घर्ट उद्गुहुरः ॥ मष्टनी 13 थर्ड छीछदेडु डीछघर छक्रुनाय में गिड़ि

हं असर्शः खरं आहे.

वायनाइसिहेनानी आय्याह्न निहा ग्रिडेट व हिंदुस्थान सरकार वायनावाइसिहिनानी अध्यावह्न निहा ग्रिडेट व हिंदुस्थान सरकार साम अपिकार परत बावा अशावहरू होना आयो साम साही उपयोग झाला नाही. वार्चार खालेने परिवेद परंचा कांचा कांची अप्राथा पहिले । वार्चेर न्यांची अप्राया ग्रिडेर संस्थाना अपाय पहिलेनेक, झणून लांची लांचा पर कर्म पर्चा क्यांची केले. व स्थानाण स्थाना साम प्राची अध्यापसून दूर अशा फनेगड गांची केले. व सामाण पर्चाना पर्चा किस केले होंच क्यां साम साही दिवस पर्चा सिम केले सही होंच क्यांची प्राची प्राची सिमी पर्चार होंचेर सिमिका प्राची केले में होंचेर सिमिका प्राची सिमिका प्राची सिमिका होंचेर होंचेर सिमिका सिमिका होंचेर सिमिका होंचेर सिमिका होंचेर अधिक सिमिका होंचेर अधिक आहेंचेर आहेंचेर सिमिका होंचेर सिमिका होंचेर आहेंचेर आहेंचेर सिमिका होंचेर सिमिका होंचेर आहेंचेर सिमिका होंचेर आहेंचेर सिमिका होंचेर सिमिका होंचेर आहेंचेर सिमिका होंचेर सिमिका सिमिका होंचेर सिमिका ह

नाहीत, हें भाग्यन समजले पाहिजे. क्रइए क्षिडे होते, झण्न एकपातामाएक भवंदर अनथे गुड़रले हिर्माप्ति प्रसारित नजर ठेवण्यास भि क्याहित हा ह्यासार क्याहि नका भार असंतुष्ट झाखी. ह्या वेळी ग्वाब्हेर दर्गरातील सवे राजका-तासये, वायजाबाइच्या पश्चात् ग्वाल्हेर वेथं विरुक्त शांतता न राहुन ।জর্ক জন্ত সাম ব্রিদিকৈছি । তেই। দায়দাদা । তেক কন্ত। प्राप्त । ज्ञांक क र्क रूक सांख उद्गारियम त्रीप्रशिक स्पृष्ट ज्ञांकरातिक तरबेखें व दग्योप वालल होते. महाराजांनी बायजाबाइच्या वेळच क्रामिक्य प्रथमित्री व बेबंद्शिहीन्द्री हिन्सिम्प्र प्रथमित् एइक्प्र हिम्छ छोप कि मिक हि। एक छि। अधि अधि हि र्जिय सुनशी, मुखाजी शेर, उद्गि किडके, भाक पीतनीस वर्जे -एहंक्स ,क्याम हामाप्र ह , फिड़ी क्रि हिमीगीणाह्यी मांख्र उपाख तृर्गान निर्माराष्ट्रम .ठाष्ट्र फ्यासाम मिकित फिक्ठ ठठक स्पाष्ट वारों लागले. त्यामुळ ते अधिकारी कार प्रमत्त होकन, ग्वाब्हेरचे राज्य मिहित एवंछ नस्त्रि मिथिए छिर्देष एवंदिनक्षी छाप्त एवाकर्ष करून सर्वे मुख्यारी दिली. महाराज जनकोजीराव हे ग्वाब्हेरच्या क्याव्हीड्य हानी महाराज जनकोजीराव शिंदे हांस राज्यारूढ ०मी उडिमीर् १६रीही गुर्माएकार मह्मिड्राहर हिमाड्राहासहास

म्हेंह छिंगाप्तक्य गिमिठिए एड-ड्रीमायास मायास्त्र मुह्मार्ग हेंग्राहम् नाणमनी गिरुष्ट क्रयितिरुक्त्य मिलि रहमास्त्र मारुशस्त्र होगित

⁻The House of Scindien. Page. 27-28.

समजणे फार कठीण आहे. तथापि, जामन पंडितांनी खटत्याप्रमणि:— किन्न

। डिड्डॉफ ईट डिडक्ट डिड्डिस ईट इट एउस डिडक् ॥ डिडाए फिक डिडक्ट संस्ट डीलाएड डिफ्योस डिडक् । फ़िडाए डिटट कि फिमस प्रथंप स्ट डीथेस डिक्टि ॥ ९॥ फ़िप्टिनंगांगड संस्ट तसाम सीनिप्ट ई किये

राजनीति ही नंसर व बारांगनेपमाणं बहुरूप घारण करनं हि तिनिहार होम् साथन्य किरुड़ेन प्रक्रम वर्षे अस्थाप स्वात होस्य मानण्याचेही कारण नहीं.

ascendancy over the minds of the natives with whom he had Mr. Cavendish, than no Englishman ever attained a greater it can now be found among the archives pertaining to India. official document was of the genus mystic, and that no copy of his own revenues. There can be very little doubt that this demiand receiving a handsome pension, which would be paid out of resign; assigning over the country to the British Government, troubles mainly caused by our Government-would like to if the Maharaja, encircled as he was by serious troublesdesiring him to learn, at a private interview, by way of a feeler dent, by the Chief Secretary of the Foreign Department, young prince..... A demi-official letter was written to the resibe made out of the troubles of this weak but most faithful Calcutta) being held, with a view to discover what profit could to lionno ant in there there (in the Council of --: किहिन होते होते होते। असे स्विति होते। से स्विति होते हो कि होता असा होते। से स्विति स्विति स्विति स्विति स हिरीसि होए । एक्षिपाध्याक स्प्राप्ट्रेक्ट , एक्ष मज्य । इपाय । हार्ग हिरा थोरण दशीवेर आहे, त्यावस्त इंपन मुख्यांच्या मनात सुप्राप्त संबीचा कांही

concern, declined to make such a suggestion, and his answer

सिंहासनाह्य करून लांच्या नांवाने हाही फिरनिका, व वायजावाहं सांस प्रतिवेधांत ठेवून लांना ग्वाल्हेरच्या सरहहरीबाहर पाठनिष्याचा निक्षय केला.

ऑग्ल राजनीतीचे स्वरूप एकदम को बदलले, हैं ऐंद्रजाहिक गूढ हाद हिल्ला इन्हेमार्ग लाह । शिकाली हिल माह लामप्रके हार शत्रकातीमध्य जें बंड झाले, त्याचा परिणाम राज्यक्तीत हा होऊन, महाराणी वायजा-मिमिहारुमुक्त ।हर्नाहारा महाराम । १६ महिला हर्म क्रिया क्रम । है होसिर जाह नर्षाय प्रक्ष वद्रुण्या है कि प्रयोग भार असाव है साची ही तरस श्री (जीस इंअजीमध्ये Zon-interference Policy होंग .ार्ह १ इसि विश्व होता वाराव्यवान नाही असा स्थान होता. परंत एन्स्मिं रहेशहर ह :किडि िक एए। सिंह एउडि स्ट्रम स्वास सरकारोनी हा केळावेत वायजाबाहेमाहें के करतील है प्रमाण -होंडी . हिंग कि काय अपूर्व चमत्कार आहे हैं सांगता केत नाही. हिंह-नव्हत्या, त्यांस एकइम गाहोबर वसविष्यास त्यांची मनोदेवता प्रसन । इन्द्र द्विष्टिक मांडडेमीर एडीही किन् । एन्हिगाद्रम किहिनिर ह गुरिया हुए ही क्रीय वसण्याचा उपदेश काराता, व ज्या तुर्ण मृहुर हम्मिळह प्रहाशा । एक रहाल महालाहा हो । हे से स्वाह ह ग्राक्य मिहिन । एत होंग , निर्दे हर्गि एएक नहम मांछ मरहे छ। रिद्वा प्रम घेरन साहाय कर होते. त्याप्रमाण माहि -ाल्या समून, हरएक वावतीत त्रिश्च हर्मक वावता-आला. आजपयेतचा वायजाबाहेचा व विदेश सरकारचा संबंध फार हमुड़ी एएडही मइकप्र गकर हेछ लाथित छोष होंग . जिनह उर्भ हिांछ हड़ी इंग्रिक्न ०मी उड़िमीर मिगंफ व एएगर इंग्रिक्ट मिन्ड हो।

हैन्धीमध्यें येकं दिले, व सैवाची कांही चलिचक झाली नाही, तर लापासून जनकीजीयव द्यांस फायदा होईक, असे मधानें बोठही रेसिटेंटसाहेंबांनी काबिठें होते. बायजावाईचे रेसिडेन्सीमध्यें जाणें हाचा अर्थ राज्यावरीक आपला सर्व हक्क सोद्धन हेणें, असाच महाराजांनी समजावा, अशी रेसिडेंटसाहेंबांनी महाराजांजवळ गंवाही मरली होती असे ह्यणतात. परंतु अशा बिक्ट प्रसंगी देखीक केवळ अत्मसंरक्षणाकरितां बायजाबाईनी रेसिडेंटांजवळ राज्याचा वेहावा कामसंरक्षणाकरितां बायजाबाईनी रेसिडेंटांजवळ राज्याचा वेहावा काभारं हेला नसता, असे त्यावेळच्या एका माहितगाराचें क्षां आहे. े अस्तु.

बायनावाह रेसिडेन्सीमध्ये आखा व तथे तंबूमध्ये येऊन राहिल्या. ठेस माने विश्व के विस्था के कि विस्था अस्ति विश्व अस्ति विश्व अस्ति विश्व अस्ति स्था के कि विस्था अस्ति स्था के कि विस्था के कि कि कि विस्था के कि विस्थ

I "It is, however, asserted, and I can scarcely doubt the truth, that the Resident positively pledged himself to the Rajah, that he should consider the Rajah's allowing her escape to the residency as a virtual resignation of her claims; but I can assure you from personal information, that the Baiza bai never would have yielded her claims even situated as she was, for any promises of protection that the Resident could have offered."—

India Gazette, November 13, 1833.

खांच्या तावडीतून निसदून जाणे हूँ कुत्य सामान्य नव्हे. बनकरेरे असतांना व शुक्रमे आपणांस केंद्र करण्यास रपरा असतांना इक्त आपरे संरक्षण केले, ही फार प्रशंसनीय गोष्ट आहे. सब सेन्य हित ग्राह । इन्त्र वर्षे वर्षे वर्षे । इन्त्र । इन्त्र । इन्त्र वर्षे । इन्त्र वर्षे माक १०६८क प्राक्त रिप्रक वाष्ट्रक । उपाल म्ह्रकट्ट शेत्र हि। एन रिप्रक पकरणी आणि पंचवीस तोमा तथार करून ठेवित्या होत्या. एवव्या प्राप्त किरीकाष्ट्रकम मुडेशमारमा गाम (ति हि किर्क माप्नर्फ रिलेड नीक्या. त्या वेळी सव रस्त्यांची नाकेबंदी फितुर झालेल्या नमुष्ट त्रांप्रण्म मरुष्ट प्रविश्व सांहि इपिड़ी ००७ व्रिडाङ्गिरुकार णिहि सरदार आला नाही. नंतर ला, हिंदुराव घाटमे, आपासाहेन पारणकर क्रिक्र हिंत पानिद्वाफ्नाम प्रशाहम्हार होन होन होन । कि । नियुन गेल्या. नंतर त्यांनी निरिनिराळ्या सरदार लोकांस हजर होण्या-नाभवार्याहेव हा बारावार्ट्ना महालात वसला होता. निहंसिहबांबर अपिष्ट येणार असे मनात आणुन त्यांस सुचना केली. महाराज राजवाड्यांतून पसार झालानें इत समजतांच, त्यांनी वायजा-

नापनावाहियाहेगांनी रेसिडेंट फंका अगार अगार हुन नामिन है। स्वाचन विकास में स्वाचन कि नामिन है। स्वाचन के स्वचन के स्वाचन के स्वचन के स

वित्रमा कर्नल जेक्ड हांनी वाथवाहोस किछविली; व महाराजांच्या हियं क्रिक सिंगांच वाराजांच्या है। के स्वाया से स्वाया है। के स्वया से स्वया से साराजांचे हैं से के क्षाण्च कर्न कर्म होंसे साराजांचे हैं सिंग्यांचे से साराजांचा हा वेत विसक्तश्मांके ते सिंग्यांचा हा। वेत विसक्तश्मांके ते सिंग्यांचा हा। वेत विसक्तश्मांके ते सिंग्यांचा हा। वेत विसक्त सिंग्यांचा है। के साराजांचा है। विश्व होंचा है। विश्व के सिंग्यांचा है। विश्व के सिंग्यांचा साराजांचा सिंग्यांचा सिंग्यंचा सिंग्यांचा सिंग्यांचा सिंग्यंचा स

महाराज जनकार्याहेसहिस्हिस्याह्याह्याह्या जनक शपथिका प्रक्रिया प्रमास्य हिस्मास्य विकास पर्क क्ष्म क्ष्म क्षा क्ष्म क्षा क्ष्म क्ष्म

ाह थ ए।स

~A:0:05~

नीक्ष्यार रुष्टि रईग्रहः

b

नायजाबाईसाहेबांचा बनवास.

कि। मामाध एटनांस्र कि भागक साहसाइ हि। एन हि। द्वांक मल्कक त्रिगाइड म्यूर्त व हिर्म प्रिंग प्रमापुक प्राच्ना हक्त करिक मञ्जक त्रमिनि केला. ता. ८ जुलड़े इ. स. १८३३ रोजी ते सहज हवा खाण्याचे प्रश्नि । जार केंद्र केंद्र मार्ग । जार हो है । चांगली सिद्धता झाली असे पाहून, महाराजांनी वायजाबाहेसाहेवांस कितिइम एक्नाफ्न एंगिमहाड़ कि है हि हि साम एन है होए , कि इ मह्तीस संग्याचा प्रयक्ष कारा होता. परंतु कनेल जंका ह स्वतः अनुकृत कनेत के से सिक्र करने लोच्या ताब्योति के पू अपिया निम्नि। हेम लिमप्रमाज र्जेड रेंक हनाम मारण पहाराजाना होना न्धांच्याद्यी वननप्रमाण पक्क करून, गादीवर, बसल्यानंतर त्यांस मोठ-र्तांत्र किल विष्मगृष्ट गूढ़ कि गिकिनिक नाम व , नित्र किनि मल्लक अनुकूछ इकाष्ट्रभा व भारतायुन अगिद्रभायुन आवलाक अनुकूछ रुकि र्डुअस्य मिलि हारिकिम्स हाराड्रम .साह इहं हितिहि आणि ता. १० जुलहे इ. स. १८३३ रोजी ग्याल्हेर येथे उथह हिंग तडाव मक्विश अठ्वी अधिमाष्मांन , तिर्दे म गिष्मद क्युंडिंक िमि हिंग . फिर्क उपडा करन्यू निर्मा एडी इंग्रिय ० मी उंड 🕊 🗗 -मिर् हर्मु हर्म नाइनि रिप्त राह्याहाइ लड्डाएण्डिडमी इलक कुर् स् है हाराज जनकोजीराव व बायजाबाइसाहेब ह्यान्यामधेल 是是

फ्योडकक ह ठाकु किर्मिशिक , रंडाहर , रंडाहर किर्मिशिक किरमिशिक किरम

साप्रमाणे महामहिनांच्या हों। वारिकान वाराहमाणिम स्वामाणिका स्वामाहिनांच्या के कामियाह मार्ड स्वामाणिका स्वामाणिका के कामियाह स्वाम्य के कामियाह स्वाम्य के कामियाह स्वाम्य स्

I. Letter from the Hon'ble Mr. Cavendish to Junkoo Raw Scindish, in reply to one received from the Mahanja, dated 28th March 1833.

रवाना करीन. कोणलाही कारणास्तव, तुमना खिलेता किंवा खात्रगी इंप् । एकी छ । हम हु रहां , हरे हे । हार हो । हार हे । हार हे स्वापि कळवि में हो मध्य प्राप्त मध्य महिल्ल किविक के भी है। मांक्र रूप्तरूप्रमुख्य प्रस् कि ह रुप्ति निष्मित्रक शीर निष्मुद्रम ষ্ট্রিক গ্রহ দায়েট্র ব্রিল গাণতার দৃঞ্জ করুজনী চাদ্য দিনিদ हिम किया सही एक सरी हिस सम हिस संस्था में देन में কেহদু দিদনু দুঢ়াজ শিাষ্ট ;জাছদ চাঞ্চনিম কদীধ ক্রিচ-দিষ্ট हिंडिंक तीस्री मिएउस मिएट-रात ,लारक प्रिथिंड कि प्रह जारि रंजराह मृतिस सांक्ष्याका एरीही रुत रजाराकि बिहा मक्रिक्ट नायनाबाईन्या आमृत वागाय व कांही तंहवलेड करू नयत. असा एन्बाह्य अशी शिकारस अहि भी देखी गव्हरमरत्रमस्त्र शिक्ष ाजितिकाञ्च . ब्रिइन ताज्ञां प्रकिथी । वाक्ष्यां वाज्ञां वाज्ञा ''बायजाबाई हा सर्वे राज्यान्या मालक आहेत व इंग्रजांस त्यांच्या बांच्या उपदेशाची त्यांना पुनः आठवण दिली आहे. एवहच नव्हे, तर -ब्राप्तरामराज्ञार मञ्जल विज्ञायहान हिम्स मिल होल हो। ए. १८३३ भी भारता महाराज्ञेस मिल्ला स्टिश्च अधिया पाठिविद्या अंग महाराजांच्या ह्या कृती पसंत होता, असे दिसत नाहीं. ता. २८ मुरवात केली. मि० क्याव्हेडिश ह्यांच मत महागात्रांच्या विरुद्ध असून, उड़िता क्रिक्ट क्रानाक्षकारच्या कागाव्या ग्याह्मे में राहिडें तुरिया मसकतामार्थ वायजावाहरूया विक्द्र कर उभारता, वतेन घडले नाही. खांनी पुनः आपत्या कुरिल मंत्र्यांच्या नादीं म्क्रीड एक्नोमागडम णिमपाछ हुरंग .िमिड क्राफ मितिर अपर हुई क्षित्रका नाम्बहुंही एस ,हांद्रार तहांक फिलाफ मिक्सिगड़म व क्षित

.रुक फनाम क्रिका उत्हेश के महाराजा भी स्वामाण वर्ष अधिक कर्ण है। -ाणार ह र्रहीळक तम रहाए हिंदि अपन सांसाग्राद्रम निांब्द्राप्तरूनक -रम्भ्डिंग वास्मापा ।। हाम्मा हेगार सहित्र हेमी हाम्माणं गहर्नेशार तुमचा केवार घेऊन विरुक्त मध्यस्थी करणार नाही, किंवा तुमच्या प्रकार सुर झाला, अथवा तुक्षी केंद्र झाला, तत्र हिर सरकार हिहेल, ती तुमना तुहांस भोगावा लगल. अशा गडवडीत जर् काहण्याचा प्रथत कराल, तर मग त्याचा जो बराबाइंट परिणाम मजनावार महावाना मजन पिथिएं विद्या यात्रावाह म मिल प्वदे मात्र आही त्यांग, हावर तुही विश्वास ठेवावा. परंतु वायजाबहिनी तुमच्याखरीज दुसच्या कोणास गादीचा वारस करूं नय हिमिक्ति मिकिमीह्ना संसित् नहीं महिला हिमिक्त हिम्मिक्त हिम्मि महापदावर चढला, त्यांने सर्व शेय बायजाबाईकडे आहे; व त्याना ए कि ए होगर . डिंग । एक्क ग्रह्म ग्रह्म । हेडी है। स्वाहा स्वाहा । स्वाहा । स्वाहा । स्वाहा । स्वाहा । स्वाहा स्वाहा । स्वाहा स्वाहा स्वाहा । स्वाहा स्वाहा स्वाहा स्वाहा स्वाहा स्वाहा स्वाहा । स्वाहा स्वा माहे. परंतु अमन्याच वर्षी दत्तकावर सन राज्यभार सांपूर्व ह्यापून लिह कम्ड मोक्कि निम्न मूणक , किन केडि कार्डी नकडि हासी वायनाबाइनी घारण केली आहेत. गादीन्या वारसाबहरू प्रश्न उप-लापमाणे महाराज दोलतराव सृत्यु पावत्यानंतर सवे राज्यसूत्र ,िक ताद्रीहर विभागमध्या अशी इच्छा भारद्रवारामध्य प्रदाशका -हरारे हेस तिर्वाहाल वायत्यायक्षात् वायवावाहेनी सर्व राज्य-र्हागंह ,म्हागर निद्या है। मुख्य है। महार है महार हिन है। ि निष्ठ होंग रिक् फिर्म प्राधा रहा होते। हाएतर्ला हाएड्स मिडिस कि एस ,र्ला इडिसी म्रेडिस हो एक

-छाम भुरीन्या धुनातावरून वायजावाईनी सर्व राज्यकारमार नाल-

कीं, "महाराज, तुसी या गोधीचा नीर विचार करा. मेजर स्टुअरे हें किंगिति से में नाग्राम्प्रिया मांक रिकाणाः रेजी रात्र छिन से ाड़िंग तमदार संइ वाक्त मिला अशि अशि अशि नवाब देऊ शकत नाही." "अलिम शक्रियास्या । अस मिनिष्ठ फिकी उँगु एम ५६ (डिवान विराध) रीक ारुगाम्म भाषणाचा प्रतिकृत कर पाहून पुनः असा प्रश्न विचारिका की -ामलानमान्त्रकार निर्मातात्रम ".. रूक निर्मि ।।इल क्रिक इक् मिनाग्रह ए हु तुही। अपक समय समय समय है (रिकार्कि) कुड । हास्राह । हिंदार । हिंदार । हिंदार । हिंदार । हुइ गादीयर वसवावे, असा करार करून घेतलेला नाहीं. वायनावाहेच्या कुपेने नये, हा आहे. त्रिरिश सरकाराने वायजाबाहेकडून तुसांस अमकेच वर्षी र्टांड्र माण्रीप हरिपनि इंपू मर्टाड्र क्षफट ड्राव्नीड्राव रुड्रवासराव व भे तुसास दत्तक घेण्याचा उद्देश, शिंबांच्या धराण्याचे कांच चालांचे क्षेत्र हेरी रुक्त भाष है। सामहारसिहिंबानी लांस उत्तर हिंदे की, शब्द ऐकून महाराजांनी असा पक्ष विचारिका की, ''मग मका दचक हांडिसिंगड्सारमार है "ांड्रान नहिंग वहरूजवा वहरूजा नामहारमाहैबांचे क्राणास तिव्यावरून ते काहणारही नाहीत. प्रस्तुत प्रसंगी त्यांना आपर्या स्तंत्र आहे. त्रिरिश सरकाराने कोणास मसनदीयर बसबिले नाही व मला मुळीच अखलार नाहीं. कारण, शिंदे सरकारचे राज्य अगही सारण्ड सार्णान । अधिकार कोणाक हुन घेण्यास अथवा कोणास दंण्यास नाणक हं किती चुकी चे अहं हं लांस समजायन सांगितक. ते हाणा-,मक्ष मक्र्य तकि इस मिलाराज्ञानी महाराज्ञान सक्ष हक्षी पक्रम । । । । । । म्रोगिमार प्राक्षेत्रार मिनारना गिमप्रीकाम एज्रुकार तकाम गागीहपू अपिया आतो ब्रीह झाली असून, शासाप्रमाणे व शियांच्या घराण्याच्या ,कि । हिंदी मार्क हैं सिम्पीम मिनिकिक हो । हिन्दी मार्थ -ागंस क्रमीळुपणाबहरू व्याभार मानून आपली सने हकीक्त संग-

क्रिंग क्रिंग क्रिंग हिंगा ह्या विवास स्वापमा क्रांच स्ट्रंग क्रिंग क्रांच क्रांच क्रांच क्रिंग क्रिंग क्रिंग स्वाप्त स्वाप्त

गव्हरत्र जन्रहसाहेबानी महाराज जनकोजीराव हांस परत भेट हिली. वायजा-विही। सान्यमाणे वायजाबाईसाहेब ह्यांसही परत भेट हिली. वायजान वार्ष्ट्राहेबा भेट बाईसाहेबानी सीतीप्रमाणे चिकाच्या पडधांतून नामदारसाहेबांची भेट वेतली. त्या वेही हिंद्राब घाटो हे मराठी तच्हेंचा बाणेदार पोषाख करून व बहुमूल्य रत्नालंकार थारण करून, नामदारसाहेबांच्या सत्का-रार्थ तर्सर होते. बायजाबाहंसाहेबांचे व नामदारसाहेबांचे राजकीय प्रकरणी वंगेरे वराच वेह संभाषण झाठें. नंतर स्वांनी आदबीने सलाम करून वायजाबाहंसाहेबांचा निरोप घेतला.

ाण्ड ,तेन उत्तानि सेंस साराजान में सामित उत्तर अन्य सामित केंस सामित केंस सामित केंस सामित केंस सामित स्वान सिम्म केंसिय सिम्म केंसिय स्वान सिम्म सिम सिम्म सिम्म

प्रामित्री णीषि छाड्किर्ज्ञाध म्हेगिणायनि . १ कि ग्रेक्राया आया करितां गेखा. त्यांचा महाराणीसाहेबाच्या बतीने चिमणाबाइने उत्तम नाम्बर्ड उर्भ सांह्र ब्रिसन्हासाम वायनावाहेसाहेब ह्यां मेर देण्या-हेम रुक्तिग्रेक्ट ाष्ट्रमाक्ष एक मध्यद्व हिर्फ ग्रिम्ड रुक्तां भाष्ट्र प्रमा . कि हो हि विकास १ कमें क कि अस प्रकार का का कि से असी है । म किरिता, तीन तासपयेत गव्हर्तर जनरल्याहेबांत्रवळ, आपणांस मरना होगाए नाही, असे कड़न चुकले होते. त्यामुळ त्यांना अतिप्रमंग ब्रिंक मह्रकांम्डामरूरमर रम्रहाम माणपास रत ,रिवाह इर्क ाणपाध तिति जनकोजीराव ह्यांस, महाराणीन्या सेन्यानी व आपकी कहाई झाली, व हुरेंग ,िमार शिक्ट कमकम गिड़ांकि । एनांचाराक्रम पित कि। एति तिमार हे मित्र व अभने हिम्म तथार होति । अभत्रां के में प्रमान रणकंदनाचाच प्रसंग ठेपच्यायांचून राहाता ना. महाराणीचे सेन्य मक्रमी प्रिनी मांक्रिंत मांलांगाउम रात रात्रमक्ष निवास राजम जिल्ल अडबून ठीवेले आहे की काय, अशी शंका घेण्यास काएण झाल. तसा मल्यांस गादीवर वसवित्यावांचून मोडीत नाहीं, हाणून हह भरत महाराजांना कांही रुहर येऊन त्यांनी गञ्हरनर जनरतसाह्यांस, ,म्ड्राम कि .ार्राड । छलाम तर्षिपमार मिर प्रांक्य क्रांसाराङ्ग म महाप्रायांस खानगी भेर दिलाने पाडून फार आश्रये वाह्य. ज्यांचा निष्ट्रीस प्राइमान । मांक रळ्सास्थमन सद्दर नुर्गाण कामदार साहेबानी ह मिंग क्रिएमास ह हारहुड़ी ,िक्ष उमें प्रांक्य कि हिंद क्रिए काय, असे वाहत असे. महाराजांची व नामहारासाहवांची मुखाखत कि किडि छिप्छ न्यूर्त गिष्टि कि ,म्यार न्यूज़ मीर्मागागंड नावर मोठ्या थाराने गजारू होऊन गोव होते. त्यांच्या वेभवान -ांहागुद्रम कि गुर्श ह फिक्राम अमुख भाव गुर्हा हिमान हे शिक्र महाराजा-नायजानाईसाहेब ह्यांने वंधु हिंदुराव घारगे व जांवह आपसाहेब पारण-

. भिष्ठ प्राष्ट मुग्ने शिड महाप इकाएनाफ रुमार क नाष्ट्रीप प्राक्रंक फ्रमूड्ड र क्रंड किंध प्राप्ती शिंह । एसी प्राप्त ह भित्र एजाइमिरीयार .र्त्र हार्क डींग माल्या हार्या हा भरजरी चुटेदार चाद्र पसरलेले होती. ती फार मुख्यान् असून मिलिमाध्या पायी नाला होला. मेण्यावर लाल रंगाच्या मखमलमि ह्मणतात. राणीसहिन मेण्यांत नसून आखा, त्या वेळी त्यांच्यावरोवर र्सेश पर्ध ग्रांक के कि कि कि में होन होन प्रहार होने कि -मात जार नजर के. हे खांच्या भेटीच्या अगोहर तीन नार नास-केडी उड्लम में हिंग होंगी महाराणीसहिबास कोही मिनी वस्तू हा करील, अशा प्रकार तिन्या रूपाची कार भार प्रशंसा कही. हा ामित कि कांत्र ठिति। इस्टें भारता महान क्रिक्ट के क्रिक्ट क क्रिक्ट गिरिक हर्म प्राञ्चीण ह ित्रहर्म मित ,पिन्जी मित्रा मित्राप्त मित्र मित्राप्त मित्र मित ्रिमां . र्रंक रहक गंगरहां। में हिन महिन एव र्राप र्राप्त कतितां आत्या होत्या. युरीपियन स्थियांनी निमणाबाइने माद्र पाहन उद्सम में में के हों में भी कियांच्या स्वागताचे कामी मदत करण्या-हिला, धुरोपियन सियांना ह्या मेरीने फार कांत्रक बाहून ला, लंडी एकार । एक्से । एक्से हिंदी है । इस अब्दार निर्देश । अव्या । अव्या । नागार हि) ड्रावाणमिन एन्क मिग्छ प्रविश्वाष्यांत्र हि । छ । स्ति ।

हुसरे दिन्शी सकाकी, महाराज जनकोजीराव शिंह ठींह उदस्यम वेडिक हांस भेरण्याकिरातो गेर्क होते. त्यांचा कवाचमा व थार अगहीं अपूर्व होता. ते स्तः एका शंगारकेथा हुनीवर वसते होते. हिनीव्या अगावर भरजरीची झूल व गळ्यामध्ये सुवणिच्या माळा आणि अंगावर भरजरीची झूल व गळ्यामध्ये सुवणिच्या माळा कांच कं गंहस्थळावर निरित्ते के अंग्रेस होते होते. अपुर्वेस करण्या-प्राणी कार सुशीभित दिसत असून, अपुरव्या ऐश्वयिच्या कार्या में याती नाहत आहे, अपे वारत होते. महाराणी नारच भव्य व अद्दृष्तं असा होता. गीतीप्रमाणे गव्हर्सर जनरठ-साहैबांच्या दरबारचा समारंभ झाला. महाराज जनकोजीराव हे संगारठेव्या हरीवर् सोन्याच्या अंवारीत वसून गव्हर्सर जनरत्साहे-इंगारठेव्या हतीवर् सोन्याच्या अंवारीत वसून गव्हर्सर जनरत्साहे-बंदकीची फेर झंटठी. नंतर प्रस्परांचे सुजरे होजन नामदारसाहेच अपव्या हरवावर सामोरे आठे होते. उभ्यतांची सुवासांच्या स्वाच्या हरवारच्या भव्य तंबुमध्ये दाखरु झाव्या. हा तंबु ह्या प्रसंगा-कारिया दरवारच्या भव्य तंबुमध्ये दाखरु झाव्या. हा तंबु ह्या प्रसंगा-कार्या वरवारचावाह्यांची भेट तंबुमध्ये चिकाचा पडदा ठाबुन ह्याची व नामदारसाहेबांची भेट तंबुमध्ये सिकाचा पडदा ठाबुन ह्याची व नामदारसाहेबांची भेट तंबुमध्ये सिकाचा मध्यस्थीने, लांचे व बायचावाह्याह्यांचे, मि० म्याक्नेतरेत ह्यांचा मध्यस्थीने, लांचे व बायचावाह्याह्यांचे, मि० म्याक्नेतरेत ह्यांचा मध्यस्थीने, संही वेठ संभाषण झाले. गीतीप्रमाणे नचरनचराणे, पानस्थारी व कंपरगुठाव होऊन दरवार वरखास झाला.

स्या प्रसंगाचा दुनेहून देखावा नेत्रांपुर्ट येऊन, वायजाबाईसहिबांचे ऐश्वये व संपत्ति ह्यांचीही कल्पना करितां येईल. हें वर्णन पुर्टे लिहि-स्यापमाणें आहें:—

साहेंबोस सलामी देण्याकरितां अगदी तत्पर झाले होते. हा देखाया नाइमान किर हे भेड़े नामदार नमका होना है सब लोक नामदार--छिन्। एनांस्र मुरूक रिलागर गांर कित्र हिमान से राएड १९ हि अशा चंबळा नदीच्या तीरावर, फारच सुंदर देखावा दथीस पहत असे. छ॰ हुन ह पेहरुनि हाण्ड ,रुँ छु हैं छि। छि। छै। छै। छै। छु मेहमधीत एकसाएक उमे राहिले होते. व्याच्या कहून नदीन्या बाजूस দর্চ দক্তর কিন্তুট় ক্ষেত্রাক্তনি চ গ্রিছিগুন ছিঞ্দানার কবি দ্বীতিজ্ঞ कार्च अहंद् होता. नदीन्या तीरावरील उचपद्शावर पायदळ भाराने नितक सज्ज होते, तितक कनितन हथीस पडेल. ह्या लहक-ह्या समधी मराहबांचे मेन्य नामदारसाहेंबांच्या सन्मानाथे रुज्जरी ांद्राम किरकमि दिस कारण मारण्य मक्रिक । हास्र ह एवस । हार् जनरुर हानी दुपारी तीन वाजता कूच कंपामुळे, मराख्यांच्या उष्क-लब्स्रापासून आमचा तळ लांव असल्यामुळे, व नामदार गव्हर्सर माखाप्त, जाहांस त्या परा इक का कि को माम है। मधुरीए मांडम रुपूरी ,तार्मेण्डम मीत ।व्यंत मांड ,तांप रुपूर सरह्हीयर चंबळा नदी कांठी पडला होता. आध्याच्या सरहृही-में मिद्रन ३०,००० कि होते. ह्या मेन्याचा तळ ग्वाव्हेरच्या वाह आणि महाराज जनकोजीराव हिंदे हे नामदारसहिबास भेरण्या-न्हारहरे त्या महाराजांस परत मेर देण्यास गेरे, त्या वेळी महाराणी बायजा-५: बियाना, डिसेंबर २० इ. स. १८३२ —गव्हरनर जनरलसाहेब

हाए रेक रहाए पेर हो. दीहर रही निष्रहरू महिना थे भारर होए निरिक्त ह्यांची जी भेर झाठी, तिने संदर् वर्णन त्या वेळी हजर असलेखा मान्डर डॉल व किलि बहाएनाबाह्माह्य हान्त्र किलि शिष्ट किराक्प मम्ह विमानाम क्यांक्र मिष्ठ ह , । हाह पित्र माम मां ह हो। हो। हा गन्हरमर जनरतसाहेब हांची स्वारी व्यन्हिर वेधे वेणार असे समजतांच वेथे ता. १८ डिसेवर इ. स. १८३२ रोजी वेऊन दाखरु झाली. खुह म्ड्राइ॰ माम्रेइसिकिए।स्प्राध गिक्ति क्लिय लामप्रास्त ह। छक् पक्षनी महा निस्ति वस्तुस्थिती में समक्ष ज्ञान करून घेण्याकपितां द्यागा, ज्याह्रेर भारण हिंदुरथानने गन्हरम जनएक राडे उद्यम निरिक्त ह्यांत्रापुट भेषानक केरे. लामुळे निका रेसिडेंट मि० क्याव्हें हो हो हो व सह किंभि एउस में हांका हाना व स्वार किंगिय व स्व দিজি, দেষ্ট্র্যাদ দ্রু জিদাদ দারুতি জিনাঞ্চ । ডেলিসেরদ অনুযাজ .र्ज़र माण्ठकाम कथिए एकएएक माउँभी एअहा व मांफ मञ्जक मिक धर्नतीय देस माहागाउम ह , एउन उपाध माधण्नी आम किया मिलिए। इस म्लक इंग्लेख किया मिलिए सिल मिलिए। र्मामकाम एडीही फ़िर्व नाछ । जिलान तर्घ उर्ग द्रेलक । इ नर्का नसनसे मोहे होन होगहे, तसतमे लाल्या पक्षास अधिक प्रावल्य इ हागृहित्काच सागड़म 'ईषु धुरे, महाराज जनकोजीराव हे नव्हते. लांना ग्वाव्हेरची राज्यवाया पसंत असून लांनी बाहेसाहेबांच रुंज़ि क्षित्रक मम मश्र फिषहीं ब्रिस हो हो हो हो है। नरुद्धि उड्डिमिर्ड हेन हिराहर इ.ग्डिडिंगाप भ्याद्धि उड्डिमिर हैदराबादऱ्या रेसिकेंटाऱ्या जागी इ. स. १८३० साली नेमणूक झाली. हित यालण्याची अवश्यकता वाहले नाही. मेजर स्टुअर हानि

व्हितेः" परंतु कनेक सद्रुक्तः हांच्या अनुमानाप्रमाणं त्रिहित सरकारच्या तरस्थाणाचा परिणाम ग्वाह्ये संस्थानास हिताबह न होतां, उकट अनथीवह मात्र झाला, असे मिछपस्ति इतिहासकारांचें मत आहे. अस्तु.

क्षिति के स्वारं स्टेंग्स्य हैं स्टेंग्स्य के स्वारं कि स्वारं कि स्वारं के स्वारं के

", snieffa esti ni and the less will it hereafter be necessary for us to interfere secure a national and efficient Government for that country, parties to have a fair-field and no favor, the more shall we British Covernment to stand aloof and the more we allow the the struggle. In such a contest it will be very possible for the s preponderance to her party, and may enable her to prolong treasury and the resources of the state must, for a time give Regent will fall before their united force. The command of themselves on his side; and that the Government of the man to that of a woman, will, at no very distant period, array sun, as well as those who would prefer the Government of a of the chiefs of the state who are likely to worship the rising that power which sooner or later must be his own; that those the proper feelings of a man, desire to exercise a portion of his man-hood, he must, if he has the ordinary ambition, and It may be supposed that as he advances in years and appoaches state, has so far failed to make any impression on her power. support, and the young Raja, if he has any adherents in the Base continues her administration without requiring our Government in the affairs of that principality. The Baeza Gralicy calling for the interference or notice of the British I. "From the period up to the present there has been little at

त्रज्ञाह मिक् मिक कितिता किक्ष्प्रहार क्रिक्ष काम क्राप्त हो। व अधिक कायेसाथक होईछ . व तेजैकरून आह्यांस त्या संधानच्या नितक ला संस्थानचे हित होऊन, लाची राज्यव्यवस्था अधिक राष्ट्रीय मेहेरबानी न करितां, उभय पक्षांस नितक च्यास्त स्वातंत्रं इंक, हिरमार्ग सहार हो। विशेष संभवनीय आहे. आह्री कि कि। थोडा वेळ दिकाव घरतां येईल. अशा वादामध्ये त्रिरिश सरकार ह नायजानाईच्या पक्षाची कांही विवस सरशी होहरू व त्यांस प्रतिपक्षाशी लीनिया के अधिपत्य व संस्थानची इतर् किलक साथन ह्यांच्या थोगान ांद्राम प्राएकडी रुकुरुमि एटाए मिशिए उस्ति द्यूपरा क्यून्स फिलांस्र हीण है अहे से लिए जिल्ला स्विभाव कि जात हो। हैंस सिह,(तिडाइ तस्प कथि।ह राभगक्रहनार विवयत विश्वासराक्रयनार मुयोपमाणे नृतन राजाची आवड अधिक असते, व कांहींना स्नीच्या प्रस्ताय मुख्य मिहिन मिहिन । मिहिन विर्वाक्ति हिमाक् इच्छा लास उत्पन्न झाव्यावानून राहणार नाही. लानप्रमाणे, मंथानच्या कि सने राजसता साने होगार, जिला कांही भाग हाती हेण्याची रिमार्डपु रत ,ठितिसक्ष राकिशितम तिनीट नायुव्यान व महाकार अस्तीत, पर वयाने मोठा होत जाइंछ व सज्ञान होईल, त्याप्रमाणं त्यास, जर साथा-क्ताही जाप वसविस्त आहे, असे दिसत नाहीं. तथापि जसजसा तो अनुयायी मंडळीसह बायजावाहेच्या राज्यकतुत्वावर किंवा सामध्योवर ।জগাদ জিটানাঞ্চ দাঁহ।জাহ ,চট্টণানাফ শিক্ষ ,চর্টাফ চচিতাদ अहि:-,,बावचाबाईसाहेब ह्या आमन्त्रा साहारुताहावाय राज्यकारभाग उर्क तिनील प्रज्ञीम है तांफ, हीए । छड़ीकी छर्छ कि छड़मिस्री नामक एका माहितगार युरोपियन गुहस्थाने त्यावेळच्या ग्वाल्हेरच्या आहुति पडणार, हें भविष्य ठरत्यासारखन झाले. कनेल सद्रलंड

अएण इतिक केरेला मदतीचा खीकार न कलन तिन्याकडे दुरुष्य केरिन अएका उमेरपणा व वेपरवाई स्पष्ट रीतीने व्यक्त केरीनः"

मेजर स्टुअर बांच्यासारख्या ग्वाव्हेर संखानाच्या खम्या विवन मेजर एट्टअर ग्रांस तिन ने से मेजर स्टुअर वांच्यासारख्या ग्वाव्हेर संखानाच्या खम्या विवन में अस्यानाच्या विवन में अस्यानाच्या विवन में अस्यानच्या प्रचाराचांचे खंते करून महाराजांचे खंते कर्म कर्म महाराजांचे खंते खंता कर्म अस्या कर्मा प्रकार विवार होते खालिययी नीट कर्पाना कर्मा संस्था मार्टिंग के स्ट्रिंग स्था स्ट्रिंग स्ट्रिंग स्था स्ट्रिंग स्था स्ट्रिंग स

गंजर स्टुअंट खांनी हा संवे प्रकार विश्व संस्थार प्रिकार स्वार्म स्वार्म स्वार्म स्वार्म स्वार्म स्वार्म स्वार्म संस्थार संस्थार संस्था संस्या संस्था संस्था

I. Major Stewart's despatches quoted in Sutherland's Sketches. Page 191.

हा मेजर स्टुअर्ट खांच्या खलिता वाचून महाराज जनकोजीराव हां ने वर्तन कोणाही सुज्ञ मनुष्यास लांगले वारणार नाहीं

मेजर स्डुअंट बांची इ. स. १८३० साली ग्वाहर्रीहुन वहती भेतर स्डुअंट बांची करा करा वार्केस में अव्याप्त पुना मार्ग स्टुअंट बांची में स्टिंग मार्ग स्वाप्त सामें स्वाप्त सामें सा रुक्तिगिष्ट मेरू मार्ज मि प्रशास "। रुप्त मेर रुक्त मेरू मिल्हाम्भ" , कि की प्रमुख महाराज्ञान निर्मात ने प्रमुख्य है। अधि की प्रमुख्य कि की बाण सोडलामुळे घारच्या पवारांचा एक नौकर जासमी होऊन मृत्यु िमांहा है नुह्यां माहीत नाही काय हैंं। (रुमान्या वेहें। प्रहान निह्या निर्मान हैं। ष्यहाम क्रम गिर्मप्रमुख रेस्माफ हे रेक् कि मिर्न क्रीयकामन मिंगक उपसता, व स्मान्या वेळी तर तुद्धी त्यांन्यावर बाण सोडरे, अशा प्र-शिष्टरत थिदिनीएम्प प्रमांक्रमानप्रकृति क्रिय प्रत विद्या गागान माहण्यक इमार्चे उडवाउडवीचे हिंहे. मग मी खांस विनारिक की, "तुमचे । अशा हो हो। हो। सहा सहा हो। सहा सह हो। अधा सांगा. मी त्याचा योग्य चंडोवरत करीन." परंतु महाराजांनी ह्या प्रशाचे कम रह , रुर्धर छेरासारण्डेक प्रकार मांछह डिवंक हांम्र , हाहिना ह नितिरि एष्ट हड़ाएड़ाह ए। हिहार हपि प्राप्त हाह हड़ाएड़ाह माएणक छरेछड़ रहाएनमह मिक ता हिडीए छागह निहित हित प्रज्ञाह सहाह मुहार क्षेत्र क्षेत्र हरू हिनाहर है। विद्या हिन्द्र हिनाहर हो कीं, ''वरीवर आहे. तुमचे अधापि अस्पवय असस्यामुळे तुसी राज्याचि-केंद्री सके राज्याधिकार बाहेसाहें बाहरा होती आहे." मी त्यां उत्तर दिल होरह हार आहे ?!! त्या वेळी प्रांनी उत्तर दिले की, "मी मुखी आहें; हार निम्हैं, 'रिक र्रिनाहिन मि किहा एट मोहागड़म''--:ड्राह रुक शिमप्रणेष्ट स्थामा अधि । अधि अधि केषे केषे भी । जान्या १५ व्या वर्षी-मेजर रहुअंड हांची व महाराजांची जी मुलाखत -गाइम क्राण्ड - सिंह. इ. स. १८३० साली - ह्यान महारा-नाल कानउधाडणी कहन, खांस ताळ्यावर आणण्याचा प्रयत्न केहा. निांगायुम मिले भेटे के के के कि ए में है देख है रेप है के हैं के है के हैं के है के हैं के है के हैं के है के हैं के है के हैं के हैं के हैं के है के उद्यानिष्यी अतिशय कहामित झाले. ह्या वेळी ग्वाल्हर हरवाए में

आहेत. लांचा चेहरा गोड असून फार सोम्य आहे. लांचा वर्ण गोरा असून ते दिसण्यांत सुरेख आहेत. परंतु ते अगदी चड, चिच्चासा-शून्य, आणि जवळ चाळळेला गोधीवपधी मन्दोत्साह असे दिसतात. तथाणि, कमांडर-इन-वीफ हांच्यासारख्या बच्चा गुह्म्यांच्या प्रथम भेटीने ते घावरले नाहीत. त्यांनी आमच्या समक्ष विडा खाछा. अशा रीतीने विडा खाणे. त्यांची द्रवारी मंडळी व एकंद्रीत सर्व पूर्वेकडीळ कोक असम्यण्णा मानीत नाहीत."े ह्या ठेखावहत्त पूर्वेकडीळ विडा खाणे. नाहीं.

महाराज जनकीयां खांचे वर्ते दिवसंदिवस कार हाराजीर-महाराज जनकीयां हां के ताम हां जा सार्वा हातून कार अनुमित कुछ के जमको जा जुर से हें हैं हैं से हैं हैं हैं से हैं हैं जनकी बाद्दी हां हैं हैं से हैं हैं हैं से हैं हैं हैं से हैं जो महाराजी हों हैं जनकीयीरावां सिंदी होंगी, ती मृत्यु पावती. तेव्हां जनको जीरावां सिंदी कार्या के मिंदी जा क्या कार्या के मिंदी होंगी कार्या कार्या हैं सिंदी होंगी के के के से सिंदी सिंदी होंगी सिंदी सिंदी सिंदी सिंदी होंगी होंगी होंगी सिंदी सिंदी सिंदी होंगी होंगी सिंदी सिंदी सिंदी सिंदी होंगी होंगी सिंदी सिंदी होंगी होंगी सिंदी सिंदी होंगी सिंदी होंगी हों

I. "The Rajah is quite a lad, about fourteen years of age, of a very pleasing and mild expression of countenance; he is fair and good-looking; but appears dull, inapprehensive, and but little interested in what goes on around him; he was not, nowever, embarrassed, though it was his first appearance before a stranger of the Commander-in-chief's rank. In common with his court, and all Orientals, who consider it no want of politeness, he chewed betel while we were present."

⁻Tours in Upper India, Page ±1-49.

नीनानिषयी अनुकूछ मह होत नाहीं. कारणयाचा पथल केला; परंतु लांत लांच पश आर नाही. महाराज क्रिक्स मान्त्रमध्य क्षेत्रक मिला मान्य । स्थान । स्था मिन रहाने होन्याही कार्नावर ह्या अप्रिय गोधी अनेक वेळा गेला, उडिमिर्फ क जारा महाहर रहेगार में महितगार व जुने रिमिडेंट क्रणयाचा कम आर्मिला, त्या वेळपासून त्यांनी त्यांस आपत्या ताब्यांत क्रिक ग्रिक्यो हे विशेषिताने द्वाराण्याचा व शिर्मि दित्त कोतुक करीत. परंत जेव्हां महाराजांनी दुष्ट लोकांच्या नाहीं लागून, नाएफाठ्यील मांभ नाम नाम में लिलान में लिलाक में कीजीराव हांस द्रमक घेतव्यानंतर कित्येक दिवसपर्येत, बायजाबाहे-निष्यी तिरस्कार व अप्रेमश्रीह उलाह होई कारका नहाराज नन-निंगा लाम । ह्यां हो हो हो हो हो हो हो है। हो हो हो हो हो है। मिमकु मामक मूल होना म्हांकि उक्छड़ ह भूम मुग्गाणामाइरु नक्रि हाणा हो। मेर्न सांत हो। क्रिक्स सामा हो। र्तित क्रिक क्रांफ इ पिलान प्राप्त आया व मार्थ करीय प्राप्त होंग गोष्ट उद्यात घेतले हाणजे जनकोजीराव हांनी आपत्या वेभवस्पन्न व

इ. स. १८२९ च्या जानेवारी महिन्यांत हिंदुस्यानचे सुख्य सेना-निप्रा के रहे क्षांत है ग्यानेवारी सेन्यानंत हैं क्षांत तिप्रा कि कर्ण के क्षांत कि के जानेवार है ग्यानेवार होना जाने के कि जाने के कि जाने के लिंदि जाने के लिंदि जाने के लिंदि होना जो स्वांत के कि लिंदि के मिल कि जाने के लिंदि के लिंद के लिंदि के लिंद के लिंदि के लिंदि के लिंदि के लिंदि के लिंदि के लिंदि के लिंद के लिंदि के लि

नीष्ट असावी असे मानण्यास हरकत नाहीं. क्रिक्र क्रिक्राह इन्हे ". राङ्डीाम हाध्य घड़िन गिंगांछ । हाध्याक रहू । हाछ जनकोजी शिंबाचे पशास अधिक बळकरी आली, व बायजाबाईपासून हिन्दे . रिप्त मितानीनाम एक तांमध्येत्रकृ हे ग्रेक्य द्विष्टाणीक झागक साचा पक्ष घरिला. इंधज लोहही, थाच संघीस, नवा राजा गादीवर निकिछ गाण्छनीइ रुद्धि म्हिँम द्विक व गाणवाल मार्गाम नाणप नुप्रकासी इच्छा करूं लगला. ला जनकोनी शिवास अनुपकारी-कुमागी व आपरवाथी किकां मिंग सरूम, त्या बाईच्या शिक्षणांतून हिंग ,ंतिमह म प्रेंचिन किमियाणात साहमह साख्यात कांत्र हिंग्रह लेखा मुहास आपत्याजवळ शिक्षणांत ठेनिहे. हा मुहगा तारुण्या-आपण जन्मभर् राज्य चालधीन असा मनांत निश्चय करून, द्त्यक धेत-लामप्राष्ट्रतिमान संबंधित होत्र लाष ,र्काम काम् मांबाधी विकिमम न्ड्राह्मकाराम किहे निहित्रमा, 'कि ड्राफ रेड्रीकी में भी मांगका हिन् श्रीय हीय कारणीभूत आली असावीत. ग्वाल्हर्या दुसऱ्या एका लाहें इंट ह ब्रीह फल मिांग्रीयिकम्य जाए , तिलम् युद्ध प्रजांक क किरु रुप्रेक्ट हैं। इंग्रह अयन होण्यान माहर्ज हुए हो हैं। हो किरु हितान कहत कर कर कार्याताय कर है। असेच कर है। उड़ीह पान्य मान्य केला, तरी जनकोजीराव हांस लांस लांस अतिहरू वाहुर हिन्हि । है। हिन्हे । हन् एन हास स्वयान स्वयः हो। हो। हो। मार तेजस्वी व तीत्र हीला, व लांना ग्वारहर्मा राज्यकारमार परंतु खरा प्रकार असा नव्हता. महाराणी बायजाबाइसाहेब ह्या स्वभावतः

नाश मांफ मत्त्र कमज़ निविद्याहियानाया सांक वागीतिकम्प हि रंजिक निव्य वाज्यवार प्राप्तानाया राज्यवार ह रंजिक देशांस्तान राज्य

महाराजांवर सक नजर ठेवण्यास सुरवात केली. अर्थात् बायजावाई-साहेब ह्यांनी महाराजांस मन मानेल तसे वाग्रं न दिलामुळे, हें प्रकरण जास्तच विकोपास गेले; व पुढे नामदार गव्हरनर जनरल लॉर्ड उइल्पम बेंटिक ह्यांस इकडे त्रध्य पोहोंचिषणें भाग पडलें.

वायनावाईसाहेव हांनी महाराज जनकीजीराव हांस करार आहे. धेरंस्ना अशि वार्मावाहंसाहेव हांने महाराज जनकीजीराव हांस करार आहे. धेरंस्ना अशि वासीलें असा त्यांत्राचर किरवेक हतिहासकारांचा आरे. सुरंसाथ पंत वार्मावेक, असा त्यांत्राचर करात अतिश्वोगीत करार आहे. सुरंस्नाथ पंत वासीक खरा नस्त पंता हितिसारांची, इंचजी अंथकारांचा अनु असु आये वास्त करातं हितिसारांचे हांस्का करात हितिसांचा पंता करातं वास्त पंतां करातं वासीलें प्रविवंशां ते विवंशं अराव व्हांयां असा वाचां पंतां करातं वाचां प्रविवंशं ते विवंशं ते विवंशं करातं वाचां, त्यांचां करातं वाचां, त्यांचे वाचां करातं वाचां, त्यांचे वाचां करातं वाचां करातं वाचां, त्यांचे वाचां करातं वाचां, त्यांचे वाचां वाचां

इंग्या व अमयोद् भीति गृहावी, असा बाहेनी वतेनकम ठेविलो."

I. "The Bai kept her ward devoid of all education, and in profound ignorance of state affairs. She did her best to make him ntterly unfit to conduct the future Government of the country, and subjected him to galling restraints. Her policy was to dwarf the growth of his mind, to nip in the bud the native spirit of self-reliance, to keep him in utter ignorance of the world, and to fill his mind with a sort of rague and indefinite fear for her, that in future he might not shake off her threshom, and take the Government in his own hands &c."

—Gradio, Page 333,

भाग ६ वा.

बायजाबाईसाहेब व महाराज जनकोजीराब हाम्बा वेबनाब.

बायजाबाह्याहेवांस असस व अपमानकारक वाहूं लागले, व त्यांनी किंवा अन्य कांही कारणांमुळ ह्यणा, महाराज जनकोजीराव ह्यांचे वतेन झाली नाहीत, तीच द्रवारच्या स्वाथसाधु मंडळीच्या विथावणीने हाणा, असणे साहिनिक आहे. परंतु महाराज गादीवर वसून दोन तीन वर्षे छिन्ड्र किांफ्र हिस्स हिल्लाम मासत कि तर्रेष्ट्रेर तांष्ट्र हाग्राद्वम ह प्रमाणें संस्थानाचा राज्यकारभार आपण स्थतः उत्तम प्रकारं चालबिला, क्रीक. बायजाबाईसाहेव ह्यांनी महाराज अख्यवयी असत्यामुळे रीती-व शाबहरुवा देखील अपयोजक होतं, हे कोणीही सुद्र मतुष्य कब्लु एपिए हिंग कर्म महाया मुलान्या हात्री आक्षित हें ग्रह हो हो। .र्तिइ मिंग्ट ११ मेंहरू पर मिंग्ट किन कि किन कि रिवित है। ७९১१.स.३ मांछ नरे हि माध्वी में हैं मांग्री में में हैं मांग्री में में में में में ह ब्रोह्मज़ किंक्शिह अपन साला, लाने काएण महाराजानी अरपनुष्टि व नाची राखरांगोळी करितात. महाराज जनकोजीराव व वायजाबाइसाहेब नाध्यां च्याका व्यक्ति । जाता हे यो हो हो हो हो हो है । ज्यान ए , महूर प्रम कितिकु कि । ह्यांकि हुरिश्क व धुरिधि हार ने क्फ़िकी ताफ । मा असतात ही बहुच । कारण असतात. माम आंत किल्के प्रसानामध्ये करह उत्पन्न होण्यास विश्वेकरून राजाने दुर्गुण

हेळ ने लेकमत अवक्त असल्याचे दिस्त गेते, व लावरून ही असं राजकी सामान्य प्रतीची नस्त, राज्यकार्यकुश्ठ व शहाणी हीती असं निःसंश्य सिद्ध होते. खच्या इतिहासाच्या अभावी ह्या कीच्या मह-त्याच्या राजकारणांचा वृत्यांत किंवा चुद्धिचातुर्याच्या गोधी आह्यांस येथं साच्या राजकारणांचा वृत्यांत किंवा चुद्धिचातुर्याच्या गोधी आह्यांस येथं साव्य कितितां येत नाहींत. तथापि, ह्या बीते आप्या वांता शंका नाहीं. हिंदु-आपले नांव कीतिसंदिरांत प्रक्षियांचेमा, चांद्विवी, तारावाहं, अहल्याबाहं शिं कीरले ज्याप्रमाणे चमकत आहेत, त्याचप्रमाणे वायवाबाहं शिंदे हो बीरले ज्याप्रमाणे चमकत आहेत, त्याचप्रमाणे वायवाबाहं शिंदे

एक फिमिनामा ह्याद्याद्याहेबाह्याहेबाह्या राज्यकारमाराष्ट्रियो त्या ज्ञा व स्वहित ह्या दीन्ही हथीनी त्या इंजनसर्काराशी सर्जाखा -क्रक् ग्लाब्या मानाने व जात्या, शांतता राखण्याकड असे, आणि क्रत-ामांक .तडाह नीष्ट्राष्ट्रम ह ध्निम छिह्य फ्रिशाह शिशाद्वम छि... नाफ्ला शांत व सुखकर कारकीदीमध्ये देशाची नेतसुधारणा करण्या निमंछ .रुविछा इ मञ्जय इसि व ।ति ह फाक्रिय एसि कि । सिन्ने मानामान बायजाबाइनी आजपयेत राज्यकारमार उत्तम रीतीने चारुब्न, आपखा लामपाल .र्जाड़ माजारक गुकरकप मागकरम एडीही लेन मुक्सि कि कालवाया अशी इन्छा आपत्या मृत्युसमयी प्रहाँगत केरी होती, व राज शिंदे ह्यांनी आपत्या पश्चात् आपत्या वायकाने आमरण राज्यकारभार -ाइम'' ,कि ड्राष्ट रेडाह सेश मिश्र निहितीं राहित के में हैं। भी महा-महत्वाची गोष्ट होयः 'भुंबह ग्याझेट" पनकाश्वीत इ.स. १८३३ साली महिने परंतु राज्यकारमार चारुविण्याचे ज्ञान असणे होन विशेष ह्या दोन गोथी वायनावाहुंसारस्या सीन्या रिकाणी असलास नवल मतभेद नाही. स्वकीयांविषयी पक्षपातवृद्धि किया द्रव्यसंग्रहाची इच्छा महाफ फिषहीक्रिक्स्या ह फिषितिस्रीहर एक्नांस भाषत . उन्हास

of which the British Government was in a manner pledged, of which the British Government was in a manner pledged, that his widow should continue regent till her death; and that his widow should continue regent till her death; and the manner in which she has hitherto performed the duties of that office is such as must justify the confidence reposed in her by that prince. During a long and peaceful reign, she has directed her energies to the internal improvement of her country and the happiness of her subjects.....In the British peace slike from inclination and age, and bound to the British from gratitude and interest....

रुक कर विन्दि महि व गए हिंहिंसिड्रीहिलाह निहिंहिंसिछि ं.किंड किकाम मिति । कागंम नाम मिति नाम्या निर्मा काला होती." -ार्णक प्रतिष्ट्र, प्राप्तिकारम् व्यारहरम् । राज्यकारभार, इतर कोण-उत्सुक असे. ती स्वयावान कडक होती, तथापि कर किया खुनशी संसानाच्या कार्खान्यां नेकसान करून खानगा इन्यसंचय करण्यास कि होएम क्षामिल गाहि ;ईष्ट मङ्गह क्रहीक हाएछ। एपहिस मिष्टि न्त्रेल कमी होते असे नाही. तथाण तिव्याकहून आसलकोवांस--फराए होगर अभूत, निव वर्तन सम्य प्रकारचे होते. निरुध क्षिप्रा मान्य-लीएकाम व किम्हिं गुर्म किं , 'ते ब्रांस केंद्री हम मेख फियबिंग ह -ारुपा हो है। .ितार मारह । इसे मारह में मारह स्वार्थ । इसे मारह स्वार्थ होति । के० महाराज होलत्त्राव हान्या कार्कोद्रीयुहोही तो अधिक चांगव्या रिक हें के के हैं है . एड्रोह प्रिकार माया मार्थ महिला है . एड्रोह में के प्राप्त के किया है . एड्रोह स्थाप के किया है . एड्रोह स्था है . एड्रोह स्थाप के किया है . एड्रोह स्था है . एड्रोह स्थाप के किया है . एड्रोह स्था ग्याझेट" पत्रामध्ये ''रीजंट बाह् (बायजाबाह्साहेब) ह्या संस्थानचा प्रशंसा करो आहे. ता. १ जुरहे इ. स. १८३२ ह्या तारखेच्या "इंडिया मुक्काक कुछ मा दिन करें आहें। एवह म मिर्क मिर्क मिर्क

१ रा. फडकेक्त शिषांचा इतिहास.

^{7. &}quot;The Regent Base conducts the affairs of this state with great regularity, much better, I understand, than what was done in the time of the late Maharaja."

^{2. &}quot;She was a woman of high spirit, and respectable conduct, not destitute of ability to govern, but disposed to the injudicious partiality to her own kin, and greedy in accumulating private wealth at the expense of public establishments. She was violent in temper, but not cruel or rindictive and during her administration the affairs of Gwalior were conducted with as much efficiency as those of any other native principality."

Mills History, Page 292.

मुस्सही असून, त्यांनी ग्वाव्हेर-या राज्यकारमारांत वायजावाह्माहंबांम उन्हेष्ट महत केली होती. त्यांचे मृत्युष्ट्य विलामतेतील "प्रशियािहर जनेल" मध्ये छापले असून, त्यांत राज्यी चिवक हांच्या मृत्युमे ग्वाव्हेर इरबारांतील एका कतेब्यद्ध आणि राजकारणपट्ट प्रधानाची जागा सिकामी झाली, व ती पुनः सहज रीतीने महन येणे कठीण आहे अमं सिकामी होते. ह्याव्ह्न राज्यी जिवक होते. होते केठके राव्यी विवक हे मोठे स्वथमीनेष्ठ व दानशुर् गृहस्थ होते. हांनी

ग्रह्मित्रक मृत्यु पावस्थानंतर कांही दिवस, वायवावाहंनी क्री-णासही दिवाण न नेमितां, आपण स्वतः राज्यकारभार चारु हिसा. परंतु पुढे खांनी सखी शामजी व दादा खासगीवाले ह्या उभयतांस राज्यकारभार पाहण्यास सांगितले. परंतु थोड्याच दिवसांत जनकांति शिदे ह्यांचा व खांचा उघदपणे वेबनाव होऊन, द्रावारी लोकांत दुफ्ली ह्यांचा व सनकोजीरावांचा पक्ष प्रवल होऊन, द्रावार्यहंच ह्यांस गुरह्मित्रके राज्यसूत्रे सोहन हेणे भाग पदले. ह्या राज्यस्थांचीची ग्रह्मित्रके प्रविक्त स्वाद्र केली आहे.

बाजवाबाईसाहेब खांच्या राज्यकारमाराची विस्तृत माहिती उपरुक्ष मसल्यासुळे आखांस ती साद्र करितां थेत नाही. तथापि खांच्या होन्छ आहे. राज्यसूचें चालिकावाची चांगले शाहि कीति, हैं निविवाद सिद्ध आहे. राज्यसूचें चालिकावाई राज्यकावाई राज्यकावाई राज्यकावाद्र निव्यक्तारा भारात बहुत दक्ष व शहाणी असे, व दरवारी लोकांवर हिचा दरारा

^{• &}quot;Raoji Trimbak, the Karbhari of the Gwalior Court, died on 26th January A. D. 1833. His loss as a zealous and able minister will not, it is feared, be easily replaced."

⁻Asiatic Journal 1833.

[्]र, रावजी जिवक ह्यांनी ही मन्याच्या मामलतीची चाल बंद कहन वसुलाची सुधारणा केली, अधावहलचा उछेख स्यावेकच्या "Mofussil ए.Ehbar" नामक पत्रांत प्रसिद्ध झालेला आहे:—

two years, endeavoured to do away with the system of farming the last two years, endeavoured to do away with the system of farming the land revenue; and though the immediate loss from the inefficiency or misconduct of the aumils would seem to have been considerable, yet as the system of amani management, under common superintendence, contains within itself the seeds of certain improvement to the country, we may, if it be preserved in, yet expect to see even the most distant districts assume a more flourishing aspect. It is a fine country, and under proper fiscal management, might be country, and under proper fiscal management, might be expected to yield a revenue of a million and a half of money."

The Sovereign Princes and Chiefs of Central India, Vol. I.

१ ठम लोकों में बंह मोहण्या में कामी बायना श्रीहिन हों मो मर्त केली अश्वा-बहल कर्नेल हमें हांच्या इ.स.१८६६ सालच्या रिपोटीत पुढील उछेल सांपदती:-"In 1833, when Mr. F. D. Macleod, Assistant General Superintendent, had visited Gwalior, Le reported to the Agent to the Governor-General, that during his entire stay

Superintendent, had visited Gwalior, i.e reported to the Superintendent, had visited Gwalior, i.e reported to the Agent to the Governor-General, that during his entire stay in that territory he experienced the greatest attention, and that great willingness to co-operate with the measures of the British Government was displayed by Her Highness the Pairs Bai and by her Suba, Narayan Rao, who was the principal organ of communication with him; also that he principal organ of communication with him; also that he saidered to have lent its co-operation in our measures from the sidered to have lent its co-operation in our measures from the period of Mr. Maeleod's visit to Gwalior, viz. 1833."

अलि. खांच्या मदतीने वायवावार्षसहिवांने राव्यांत अनेक सुथारणा केला व प्रजेस फार सुख दिले. वार्र्सहिवांच्या कारकिर्धि अस्सल कागर्पत्र अवापि उपलब्ध झाले नसल्यामुळे त्यांच्या राज्यकारमा-राची सविस्तर हकीकत देतां येत नाहीं. तथापि जी बोरक माहिती मिळाली आहे, तेवब्यावरून वायजावार्षसाहेवांच्या कारकिर्दीत ग्यारहेर संस्थानांत ज्या सुधारणा झाच्या, त्यांचा संक्षिप उद्धेख कर-ण्यास हरकत नाहीं.

. ज्ञार रज्ञेल मेर रिष्ठ हैं माफ्ना तान्नाह हिस्से रुन्न र णीह , किक्ट किक ११ , हाप्रइंछ किमिष ३ , प्रशास्त्रकाश किक इ किमिष्ठ सहिवांच्या कारकीदींच्या अखेरीस, शिखांच्या फोजने २५ कंपू असून, कनेल स्लीमन हांनी इ. स. १८३३ मध्ये-ह्यणजे वायजावाइ-.रुमिन गिक्षी कर्त स्वान्यायर स्वतंत्र अधिकारी नीमेरु ह महुर हिल्ली । जार्न हन् है मिहिहास्ह्रा मिह मास एठिक र ५० तोका होता. एवड्या मोट्या सेन्याचा बंदोबस्त करणे फार सेन्य खेरीजकल्न, १४,००० पायदळ, १०,००० घोडरवार, आणि में मिल्लिकी ह उत्तरीं के एडिस किह । छे । होते होते हो हो हो । हागड़म . फिक हिति। मागान , तर्पग्रंड हफ़ इक्टी कि । हामिक्नम , निविद्यास पाहिते होती. ती बाइसाहबानी, जनकीजीराव हिन्ह हि एएक एक्षर नेहर न्य्राएअंडिड्रिक लीख न्य्रापाद्रमप्र ह एिहीएक स्प्रेडिंड मितिए म्ह्रुकाएनास्त्र मृहुई त्रांप्रनात मिलास माफ .र्तिष्ठ प्राप फर्न्छ ठंठमध्य कप्तरुष्ट हर्द्रम ।त्रप्रीकरिक्ष णाध ला वेळी प्रत्यक्ष रणभूमीवर अनेक प्राक्रम गाजविलेल व युद्धाकरितां .ितंत्र हमी प्राप मह्रीतिश्री हरूं एन्त्रपांम तीश्रीहरू किळे । ए

व रिगड़ेम लेगिया व्यवस्था कल्न आपत्या राज्यांतील पत्रारी हो। भिष्ट मक्लाम नॉट रम रालक कथ्य क्षित क्लाम हो।

০০০,০৩ ফিচাদ হ হিদিছাণ চাদ ক্ষুদ্ ০ ৪৯, ছেও ইপিদ হ উচ্চ ্

क्या राक्यारमीर सारमाड संपत्मानंतर बायजाबाईचाईचाईवांनी म्हास्-रच्या राक्यकारमारांत आपके छश्य चांगला रीतीने घातरे. स्वास्-राम राक्यकारमारांत आपके छश्य चांगला रीतीने घातरे. प्रकंत प्रकंटर कारमीर हु. स. १८२७ पासून इ. स. १८३३ पर्येत सरासरी साहा वर्षेत्र चारको; परंतु तेवब्या अवधीमध्ये त्यांनी मोठ्या स्थाने व शहाणपणाने राक्यकारमार चारमिर्थ असतात है सं स्थाने व शहाणपणाने राक्यकारमार चारमिर्थ असतात है स्थान स्थाने याच्यकारमार चारमिर्थ विवाण बायुवी रयुनाथ है इ. स्थान प्रकार पास्या कारमा विवाण बायुवी रयुनाथ है इ. सं. १८२८ साठी थारचा कारमार पाहणयाक्यां तेयुन सिंचन प्रके. स्थाने कारमिर्थ है स्थान आपक्या कारमिर्थ अस्य बांचा नांक्या वांच रावका पास्या कारमिर्थ अस्य बांचा नामिर्थेश साठ्या हिंदा स्थान बांच्या हिंदी. रावनी विवास सावाहरे स्थान वांच्या वांच्या होंद्रा साठा अस्य वांचा नांच्या होंद्रा साठा अस्य होंचा नांचा होंद्रा साठा अस्य होंचा वांच्या होंद्रा साठा अस्य होंचा वांच्या होंद्रा साठा अस्य होंचा वांच्या होंद्रा साठा होंद्रा साठा आया अस्य होंचा वांच्या साठा होंद्रा साठा होंद्रा साठा आया अस्य हे सुहस्थ नांचार इंडा होंचा साठा होंद्रा होंद्रा साठा आया अस्य हे सुहस्थ नांचार इंडा होंचा सुहरे साठा होंद्रा साठा आया अस्य हे सुहस्थ नांचारहरे इंडा होंचा सुहरे साठा होंचा होंचा सुहरे साठा होंचा होंचा सुहरे सुहरे साठा होंचा होंचा होंचा सुहरे सुहरे साठा होंचा होंचा होंचा होंचा सुहरे सुहरे साठा होंचा होंचा होंचा होंचा सुहरे स

लापमाणं तालुक व देह जिहिले गोले नाहीत. परंतु लांची वहिंवार आवपणें तालुक व देह जिहिले गोले नाहीत. परंतु लांची वहिंवा सांच्यांचीतं, तहनाम्यांखरीच सांच्यांचे लाचपथेंत आपलाकं चंक चालपां कंपनी इंघ चवहादूर यांचे हाणणं प्रकूणनंबद देहें सीहन दंग्याविषयीं कंपनी इंघ चवहादूर यांचवह देहें लालपा व दुमाला प्रकूण नाहत आहत ते सीहन कंपनी इंघ चवहादूर यांचवहादूर यांचवहादूर यांचवहादूर प्रांच हिह्न, अंगलदार यांचे सांच्यांचेत, सरदेशमुख्या व पारिलक्या व मोकदम्या व नावधार वगेरे द्वाचीन, सरदेशमुख्या व पारिलक्या व मोकदम्या व नावधार वगेरे त्वाचीन, सरदेशमुख्या व पारिलक्या व मोकदम्या व नावधार वगेरे त्वाचीन, सरदेशमुख्या व पारिलक्या व मोकदम्या व नावधार वगेरे त्वाचीन, सरदेशमुख्या व पारिलक्या व मोकदम्या व नावधार वगेरे त्वाची अंगल करतील. तुंची दखलिगिरी न करणं. जाणीचे. छ. २४ गांची अंगल करतील. तुंची दखलिगिरी न करणं. जाणीचे. छ. २४ गांची अंगल करतील. (मोनेवसुंद)"

साप्रमाणे दक्षिणेतील गांवे इंथवांच्या ताब्यांत हें उस एका प्रशाया निकाल लागला. परंतु दुसरा बिटिश सरकारच्या कांटिवंट कींचेच्या ख़बीचा प्रश्न तसाच राहिला. महाराज दोलतराय शिंदे मृत्यु पावल्यामुळं लांना बिटिश सरकाराकडून जे चार लक्ष रुपये पेनशन मिळत असे, ते वंद झाले. ते त्यांनी कांटिजंट कींचेच्या खचीकरितां लाबून दिलें होते.

अर्थात् तें कमी झाल्यामुळे वायजावाहेसाहेवांच्या होन रह्म पेरानां व रत्रपूत संस्थानाकडील खंडणीने ती रहम मरून येहेना.

वायजाबाईसाहेबांचे पेनशन,.... २,००,००० खंडणी संस्थान कोटा, १,०२,४३० ,, स्वयूर्... ... १,००,००० ,, संस्थाम व मेलना ... १,१२,१४० ,, ,, संस्थाम व मेलना ... १,१२,१४०

हो अरसक प्राप्त कि हो। हमास कि सम्बन्ध क्षेत्र कारा है है । स्वापनराव कि के कि कि

--: हो।एमाह र्गेड ग्रहमिशिएक एहा हड़ हार्ड्स क्षित्रारः

कहानित वायजावाह शिंदे इंडने सु॥ तिस्सा अश्राति मनातित । स्वात्ति मनातित । स्वात्ति । स्वात्ति । स्वात्ति । स्वात्ति । स्वात्ति । स्वात्त्रि । स्वात्त्य । स्वात्त्रि । स्वात्त्रि । स्वात्त्रि । स्वात्त्रि । स्वात्त्य । स्वात्त्रि । स्वात्त्रि । स्वात्त्रि । स्वात्त्रि । स्वात्त्य । स्वात्त्रि । स्वात्त्रि । स्वात्त्रि । स्वात्त्य । स्वात्त्रि । स्वात्त्रि । स्वात्त्रि । स्वात्त्रि । स्वात्त्रि । स्वात्त्य

विलें; व लास सुद ग्वाल्हेर येथे ठेवविले. शाच्या ताच्यांत दोन चंगी कंपू आणि दोनशे घोडेस्वाए असतः वायजावार्धसाहेबांनी लाव्याकडें तेवहेंच सेस ठेविलें.

. कांचे खासगत इनाम गांव खेरीजकरन, वाकी सबे गांव खालसा करावेत. प्राक्षम होछ ह हाइलाह इकहोछ हो। इस रिस्से हाइहा एडांछ क्रमा निकाल झाला की, दोलतराव शिंह जापयेत ह्यात आहत, तिमान ह्यावहरू वाह् उत्पन्न झाला. अखेर ह्या संदिग्ध प्रशाना इ. स. १८२२ मध्य हाइप्र क प्राण्क क काडाप कांग प्राण्क कार्राष्ट्रवां एकांछाड़ी म.मेहास क्रिया के मान भारत नावत अधिक होते. सावरूप इंग्रजी कागड्रांतील कलमांत, ''इनाम" ह्या शब्दाचा उछख न करितां निर्मेत मान मानावायहरू बाद उपिस्ति झाला. तहान्या -एक मीधाइ एनंहिएड़े हांग मीका , मृड्ठ मधाक है , तड़ाक्ष कड़ विमार्डिंग के तिवाब व होंग मान्ड्र के उँडाध तजाब गार्गवृष्ट इस साला, ला हेकी असे ठरड होते की, शियांच्या घराण्याक नार कठीण होते. ज्या वेळी इ. स. १८०३ साली सुनीअंजनगांव एएक लाकनी कप्रकाषामस मिलास दिन्ह । छ । लिलाल हिगान केडिये काबिक, व कारियंट फोर्यच्या ख्यांची तमयीय कर्णयाबहुल काल होते, ते सीड्रन देण्यावहरु वायजावाहसाहेब हाने जवक इक्षां क्रिमिएड एन्हांशरक्षं र हांग क्रिएना एनांडाही क्रियादावाद्वसाह्व यांच पूणे मोकळीक दिली. परंतु लांनी हांक्षणेतील लांच्या पश्चात् ग्वारहेरची राज्यव्यवस्था पाहण्यास बिहेश सरदाराने प्रभास्थत झाल. महाराज दोलतराव हिंद ह मृत्यु पावत्यानंतर मुद्रे होती चेतर कि हो एट हो हो हो हो हो हो है है -एचा िमंह नहां में में में मिल मिलियां मिल के हो है। हो है । नाज्ञानाइसाहेब हानी हा सब मुत्सबान्या व सरहाराज्या साहा-

.रुक् मृत्राप्त सर्वेश व तेर्वे वर्वस्य स्पादन करें. अधिकार विरुक्त ह्या पुरुषाने पुरु ग्यारहर र्रवारांतीर राजकारणांत हजर राहण्याची परवानगी दिली, व सेन्याच्या एका छोट्या पथकाना हास मीकळा ठेबून उपयोगी नाहीं असे मनांत आणुन, त्यास ट्रायात्त इ. स. १८२५ साली आपली सुरका करून घेतली. तेव्हांपासून हा मुख्य खनाननी किंवा फडणीप गोकुळ पारख हांजकडे संभान लाबून, माण्य सम नजरकेत ठीवे होते. पुर हाते, दोरतरावांच ह्यानवर् गेर्मजी झाली; व त्यांनी त्यास इ. स. १८१७ मध्ये ग्वाल्ह्रेगीम हिविद्यो होएनहाँ क्रमान्यस धामधान ममद्र हि एए । ति । एक रजिये स्थान्या करून व लाना नेरीस आण्त, लांचा प्रांत काबीज इंहे ह मुप्त मान्याक्टी र्रों हाएड्रीड , डाएड्राइह , डार्पिय , फेर्ड़ , फिरिक़ मां अति कि कि का मार करी के प्रकार के प्रकार के कि मिळविले होते. हा शूर, घाडशी व पसंगावधानी असलामुळे ह्याची ह्या स्टेल्स्स शिवाचे कारकिहींत अनेक रुद्धाया मारून फार प्रावस्त "जिंद मोशिए । जिंदि हो हो हो असि इसि हो सार्वा कराशीय हो । हें मार्गका ब्रिट्स किसी हों हों सरकारच्या दरबापमध्ये

मिन प्रिकंदर्ग असे हाणाहर- हास 'विशेदर्ग प्रकंदा हिस्से एक भ्याहर्म भिक्दर्ग असे हाणात. हा पूर्वा जान विस्ताच्या मैन्यामध्ये एक भ्रत्नाच्या मेनाश्चित्र हाणात हाणात व्याच साचवार मध्येतर्ग होत्ता के हिल्त-महान्त्र सांची हत्याजी झाली व लाच मेनाश्चियल सेण्यांत आर्च संहित्य हाला हिल्ले, त्या वेळी हास संहेय अधिपल देण्यांत आर्च हें हें से स्वाचित्र हें सिक्स १८२१ साली हों हें से स्वाच्या हाला हिल्ले हों होता प्रकाण सांची हों हो हा स्वाच्या हाला हिल्ले हों होता हिल्ले हों सिक्स प्रकाण होता हो हो हो से स्वाच्या सांच्या सांच्या प्रकाण स्वाच्या स्वाच्या प्रकाण स्वाच्या स्वाच्या सांच्या प्रकाण सांच्या प्रकाण होता हों हो सांच्या प्रकाण सांच्या सांच्या सांच्या सांच्या सांच्या स्वाच्या सांच्या प्रकाण स्वाच्या सांच्या सांच्या प्रकाण सांच्या सांच्या सांच्या सांच्या स्वाच्या सांच्या स

कृणारायांचे पश्चात् त्यांचे चिरंजीय अमृताराय हे अज्ञान य अत्यवयं अस्यायाजे दाजीबा हेच सबै काम पाहत असत.

अस्माराम शिवगामवाबा बांकड: — हांबे पूर्व रहमणराव वांकड़ हं क्यांव वांकड़ वांका वांका वांकड़ क्यांव वांकड़ क्यांव वांकड़ वांक वांकड़ अस्त, महाद क्यांव वांकड़ अस्त, महाद क्यांव वांचा वांचा अस्त, महाद क्यांव वांचा वांचा अस्त हांचा कहा क्यांव वांचा कहा कांचा का

क्रकेट जेकव: —हा आमीनिया प्रांतिलिय मूळवा राहणारा इसम् स्वायाक राहका मिर्केट वांच्या पद्री योग्यतेस चढला. ब्राच्याकड़ १३ पायदळ पलरणी, ४०० घोडेस्वार, व एकंट्रर ५२ तोका होता. ह्य मैंचाची अवस्था स्थाने भार चांगली ठेविली होती व स्थाचा पगार चोगे केलाची अवस्था स्थाने भार चांगली ठेविली होती व स्थाचा स्थाने प्रांत तोहून हिला होता. बायचावाईसहेबांनी होलताचा होते ब्रांच्य भार तोहून हिला होता. बायचावाईसहेबांनी होलताचा होते ब्रांच्य स्थान होता केलियां होताचा केलियां केलियां होताचां मुख्यां

रामरात फाळके:—हे बाईप्रांतांतील जुने मराठे सरहार ग्वालहर इरबारी होते. बायजाबाईमाहेबानी झांच्या हाताखाली ४०० शिलेड्स स्वार हेजन सांचे आधिपत्य त्यांस सांगितलें.

कर्नाम केट:—विवाच्या राज्यामध्ये सुख्य फडणीस गोकुळ पारख हाणून एक थनाढ्य पेढीवाछा होता. तो इ. स. १८२७ साठी प्रमुख हाणून एक थनाढ्य पेढीवाछा होता. तेव्हां जयपुरचे राहिवासी मृत्यु पावला. तेव्हां लाचे काम वायचाहिनी जयपुरचे राहिवासी मणीराम शेट हांजकड़ सांगितलें. हे पूरी अगदी गांच स्थितीत होते. परंतु पुढे इतके द्यसंपंत्र झाले की, दिवांच्या लच्करांत त्यांची वरोचरी कोणाच्यांनेही करवेना. ह्यांचे सबे सावकारांवर व पेढीवालांवर सिहाय वनन असून त्यांची सहामसलत घेतलांच्य सरकारास एक रुपयाही कोणी क्ये देत नसे. ह्यांची पेढी "मणीराम आणे एक रुपयाही कोणी क्ये देत ह्यांची यसिद्ध अमें.

-कीति मुख्य लीतंष्टा ग्राप्तम् हंद्री सिकित् ग्राप्ताम् । कीरिकाक ग्राप्ताम् हं हे हे हे हे हिड काण्याम् । किरिकाक ग्राप्ताम् ।

-Malcolm's Life by Kaye, Vol. II. Page 241.

impenetrable mask. The most startling demand or the most unexpected concession was alike received without the motion of a muscle. Malcolm said of him that he never saw a man with such a face for the game of Wold Brag" in the British Pant was known by the name of "Old Brag" in the British camp. And years afterwards, when Malcolm met General Vellesly, then the Duke of Wellington, in Europe, and the conversation one day turned upon the characters of the great men of France, the latter, when questioned regarding Tallymen of France, the latter, when questioned regarding Tallymen toplied that he was a good deal like "Old Brag"-but not rand, replied that he was a good deal like "Old Brag"-but not so clever."

[े] विठ्ठलपंत ताला हे फार शहाण व चतुर सुरमही होते. हंपजाकडील लब्करी मंडकीत ताला हे फार हों होंगे मंडकीत विकास के क्षातारा बहाहें. खा संवंशों के साहेबांनी मालकमम्माहेबांच्या निष्टें होंगे मेंगेप्रमाहेबांच्या निर्में मंडकी सहिवांच्या निर्में मंडकी सहिवांच्या निर्में मंडिवांच्या के माहेबांच्या के माहेबांच्या पक्त आख्याचिका हिन्छी आहे. ती फार मोजेची व बाचनीय आहे. ती भेषप्रमाणे:-

[&]quot;He was a man far advanced in years, but of unbroken energy, and formed both by nature and habit for diplomatic address. His self-command was wonderful. He had a sour supercilious, inflexible countenance, in which no penetration could ever discern a glimpse of feeling. He wore, indeed, an

.निष्ठ माक निराइरुस होता होते हमाम होती. ह्यांच्याकडे वायजावाहमाहेबाच्या दरबारांतील গিছত স্মুন্ডের ক্রিদিগদেরদন্তত দ ভিকার কিনিক্রিস্টা গোনাদ তনিটিপ্তির

किलाज्य होते. ह्यांने समेरायांच्या वर्षिर जर्म हांही निद्यपणाची महरवानी जडून, व्यास सेन्याच्या एका तुकडीचे स्वतंत्र आधिपत्य महामा हिम्मित्र होते अभिन्न अहास साहास होन्य होन मिमिहाम क्रिक विक्रिक द्वित है है है है है । इस मांप्रधा हो सिम कि -ाड़ा किड़ाइम क्लिए २००१ .स. इंनिक्स किड़ गड़कड़ी हिंगारु ००१ असून जातीचे धनगर होते. हे प्रथमतः महाद्जी शिखांचे हाताखाली क्तिहिंडीर निष्ठार हार रुतिहाडिन्ही ।ग्राप्ताप ई-:हंडार किरिकिय

गक्शिए । इ ' तहिम्म ' इकाष्टांक , र्ता अहि गड़म पाएअए कप्र अिति हिक्सिक मांद्राही मास्त्रकाई है .ति हो भाण हाए मिलाम्कामी करिक उतिहिन्द्री गुरम्डेस असून असून अहमदनगर हे—:र्केडक् सिड्ड .रिर्माम स्प्रिया है। १०० स्वाराने आधिपस सामित .

गाहवे हे आपस्या यजमानान्या वेळचे जुने सरहार आहेत असे पाहून, हर्तना हिंदान्या द्रवारांत प्रतिह हिती. वायमावाहेनी फनोरची नांत सांची श्रीयोची चांगली कामही अनेक केल. त्रिमान जिंग्या नाम्बहुं फट फ्रिक्सिफारायभाग केये माथत ,िर्म किक फिक्

.रुप्तामि माक हिम्मिक उस्डींक मणिमपीठ्य, फर्ड इप मितिमिरिम क्काप्नांह हे नेहमी गुणा येथील छावणीमध्ये राहत असत. बायवाबाहुमाहेबानी सरकारची होती, तथापि तियावर त्रिहर अधिकान्यांची हेखरेख असे.

मह है .र्तिइ म्माप २०১१ . म . इ इकाष्टांक माक है .र्तिइ निप -शिष्ट क्राफ्नाक्र कि । व्याका स्थाया है -: क्रिक्षान्या माधवार्या हो ।

बाइं ही दिले होती. हिन्या पीटी त्यांस एकंद्र तीन कन्या झाखा. त्यांपैकी एक घारचे राजे आनंदराव पवार ह्यांस आणि दुसरी महाराज जनकोजीराव शिंदे ह्यांस दिली होती. त्यामुळे बाबुराव दाभाडे बायजाबाह-साहेबांचे जांबई होते. त्यांनी त्यांस द्रमहा २५०० हपयांची तेनात साहेबांचे जांबई होते. त्यांनी त्यांस द्रमहा २५०० हपयांची तेनात करून देकन आपल्या द्रबारांतील सरदारी सांगितली.

अत्रणी होते. क्य रुतिरिक्डम द्विमास एष्टर्क एर ई म्यूम माम प्राप्त हांग्रामप्र गुरुम होड़ी सांछ ,िलिलिल इकाष्ट्रांक निहिंद्री सांक्र ों मुर्फ़ मिरिएट ३०००,०४ शीमद्रम मि: क्रिस मिहा असून हो। मिर्डिशहर इ त्यामहारक्षेद्रप्र रक्षेत्राष्ट्रां क्रिकांक्ष्रि रहेशहर क्षेप्र होता. पुढ इंग्रज सरकारना व दोहतरावांचा तह होऊन मवाड । जाह हान प्राप । नापन्ते । फ़नांक नरु है। इठ निांक निर लग्न ज्ञान होत्रवीस कार्य होता है है है। क्रिसि छोक्सि इ. स. १८१७–१८ मध्ये साहाच्य केल्यामुळ व किंछ .भूभ उप्रभाभ प्राप्त किर्मित हिंदि हिंदि कार भारत हिंदि होते. यशवंतरायभाक हे शिषांच्या दरवारांतील पुढारी सरदारांवेकी एक हिंगान इ. स. १८०० मध्ये तीमेन्या तीडी हेक्स निरंपपणाने मारिल हारेहा नाज हाराणगान हुं हांछ .हिंड हिंग्ही हांछ दिन हांड नाम्हि तिमान् नाष्ट्रम क्रिंबाड़ी हाप्रतर्श है त्यामनाप्रत्रंद्र नार्द्र लांत लांनी आपरया हाताखालील वेन्याचा खन् भागवाया, असा ठराव मांक्रिकी रुत्र क्रिकिंशिक्ष मार्थ इसार ई-:कामभारत्वाहर

मंड्या नेमणुकीवरून, वाथवावाईसाहेवाच्या अंगी चांगखा रीतीने वास ह्यांच्या नेमणुकीवरून, वाथवावाईसाहेवांच्या अंगी चांगखा रीतीने वास क्यीत होता, असे दिसून थेते.ै

१ वापूनी एनताथ होने प्रशंता मध्यहित्यानि पिति किल पड़े । सर जॉन मालकम, बेल्स्ल व माटिन हांनी फार फार केल आहे. सर जॉन मालकम हांनी मध्यहित्यानच्या इतिहासमध्ये बापू रचुनाथासंबंधाने ने केख केल आहे ने वाचण्यासारिया आहे:-

"The administration of Dhar is conducted by Bapoo Raghunath, who acting in complete confidence of meriting and receiving the support of the British Government is incessant in his labours to restore this principality to prosperity."

"That principality being under a minor prince, the adopted son of Maina Bai, the widow of the late Raja, has afforded us the same advantages, in carrying into execution economical reforms of the state of Holkar, nor is the minister Bapoo Kaghunath inferior to Tantia Jogh in zeal or in a just appreciation of the generous policy of the British Government, which has restored the ruined fortunes of the Dhar family, and given them once more a rank and place among the princes

".nibnl lo

महर ज़िल करिड़ मिगाणगाजुड़ एटनांछ श्रीर मिड़ ,रेंक ज़्हा इप नाम किता, वायजावाहमाह्वामे लांग आपल्या द्रवारांतिक प्रभान-एहरा वापूत्री रघुनाथ झांच्यासारस्या कीतिहाली मुत्सवाचे गोग्य सहण क्रिह क्रिमाथप एकम् तीइिक्शक । एक्षाथ सांध्य , नरुध तांष्ट्रक वायनावाहेसहिनोते ह्या प्रस्थात मुख्याची कर्तेत्वशाने व धूतेता ्मिक अपेण केली. पुरे दोलतराव शिंदे लवकरच वारले. तथापि, व त्यांनी इ. स. १८२६ साली त्यांना ग्वाल्हेर येथे नेकन दिवाणीगीची ,िलाइ फिम इसप्राय रहाष्ट्रांक हिग्ने होंडी हारतर्हेड मड्राप छाड़िक -10प्राक्रहाप्र इ प्राप्ता है है है । अर्क प्रहार इंद्रिय है । अर्क प्रायम व हिन्हि । हा राष्ट्र ह रहेगाहर , मजक भराममुहाइनि मां राष्ट्र । एवार होना, दोहतराय होंदे होनी नात अत्रपूर्णोबाई हिनबरोबर, सुवारणा होक्त प्रजा सुखी झाली. हांनी मेनावाइन निरंजीव रामचंद्रराव क्रिश संस्थानाचे रक्षण केरे. ह्यां कार्य संस्थानांत अर संस्थानांत अर संस्थानांत अर मञ्जक द्वा मानास्त्रम सिर्ग १८१८ होनास ०१ ०१ होना स्टब्स्स चहून अलि, व सर जॉन मालकम हे माळवान्या बंदोबस्ताकपितां आले. ह्यांच्या कार्कोदीत इ. स. १८१७ साली माळ्यामध्य राज्याति -िक माथ राजता हो हो है। है से सहस्र हो हो है। माणमाहुद एउदि सिम्ल शिष्ट के कहा है हिम्री हिप्ता है। कांही दिवसांनी सखाराम विमणाची मृत्यु पावले. तेव्हा थारची स्राहाराची अवश्यकता भासू लागली. हाणून त्यांनी वहोबाहून वापूजी गुटु एक्य किएए एत्रिकाएए एक्ट्रिया क्रिकेट क्रम किए सिंह हें उत्त तिकड़े पाठविछे. त्यांनी तिकड जाऊन बराच बंदोवस्त केला; पर्तु इसे हिंक प्रशिशात्रिक पूर्व स्थान हिगाणमिन माप्राद्य मिल म्ह्राम्ह्रामान्द्रीर तिणा ।एनाइडिम गिरीकाएण्क प्रजम सानायम्भाष

हा एकान गोशिक्त दोहतावा शिवां वे रागी हिंदुरावांची विशेषित विशेषित के अपित विशेषित विशेष विशेषित विशेष विशेषित विशेष विशेषित विशेष विशेष

.रिक रुनाम में हितान प्राण्डिक कर्रपट प्राक्य द्वितालाणीक तर्मान ह हिन्ही न्ड्रीम गीगहेम मिलि करन हिंद्रायांची जहागीर सीहत मेन्य नेले; तेव्हां कोव्हापुरव्या महाराजांनी, ता. ३० डिसेंबर इ. स. हिंदुराव ती गोष्ट मान्य करीनात. अखेर इंथजसरकारांनी कोव्हापुरावर हरेंग : क्रिंड अपर्य स्वया द्राया चहागीर मागण्यास स्वतः बावें. परंतु ति तितृ हिर उस मिला सहाराज्ञम मार्था मार्क रिकं उपउस मिलि ही. मध्यसी वासून कोएहापुरचा महाराजाकृह न है जहारा। परत मिळवून तेथून घालधून दिल. त्या वेळी दोलतराव शिंद हानी इंथनसरकाराम मिकिश्म एक्टिक् रतत्र व मिरिताम एन्हिर्डिश जिल्ह राजक प्राप्त । त्रप्त केली; व कागलच्या किएयावर्ष स्वसन्यानिशी चार्द्धन जाऊन तो १८२५ साली, कागलनी जहागीर कोव्हापुरन्या महाराजांनी पुनः कार हे स्थान हें हैं स्थान न्यारहीत राहू लागल में है सिकाक करें. एवडच नव्हे, तर व्याच्या प्रयेक हिताहिताच्या गोधीबहरुहो त बह्यास हिली, व आपला द्रावारात लांस पहिला प्रतिचे सरहार ज्ञानी जहा की, खोनी त्यांस १,५०,००० स्पयांची जहागीर -ग्रेम कितत्र इप इप ग्रमारहिं हिं। मिल हिंदी नाग्रम पह पह <u> माञ्चर्त क्रियंत्र प्रशंकित प्रमाण्यक क्रियंत्र क्रियंत्र क्रियंत्र क्रियंत्र क्रियंत्र क्रियंत्र क्रियंत्र</u> केंग्रि असून, खातं त्याति या हा गुण खांचे जंगी फार वसत असे. त्यापुळे इ राज्ञाणां र्राप्तः हे स्वापंति विद्यार व स्त्राया व माज्ञात माज्ञात माज्ञात व एन्ज्रिकाहर हे किमाण्जिस महा लाग्ह प्रहां हां हा हा प्रमुख्य ह्नामहामहिमाहमाह ह छमालमा हे छम हमहोमहिमाह है .र्जा केताव दिव होते. त्याव हा हे हैं है हो ना मान हो है हो ना के पान हो है है। वेत होते. कोव्हापुरचे महाराजांनी खांस 'हिंदुराव' व 'वजारतमाव' इति मिरिकाहर मिरामधु में १८१५ में सुमारास ग्राह्म ने मेरे

ह्यांचे अभियान देण्यांत आर्छ, व त्यांच्या नांवांने जयधीय करण्यांत आहा. ह्याप्रमणं मध्यान्ह समय पावेतो समारंभ होऊन, रीतीप्रमाणें अत्यरगुरुष व पानसुपारी होऊन द्रवार बरखास्त झारा.

वायनावाहंसाहेव झांच्या दरवारी कोण कोण सरहार व मुस्सहा होते झांची माहिती उपरुच्ध झारी आहे. ती पाहिरी झणचे वायना-वाहेंची चन्या सेवकांविषधीची भीति व राजसवहारचातुर्थ सा मुणांचं प्रकाशन झाखावांचून राहत नाहीं. जातीची अवस्त होत्वान्त प्रकाश होत्त प्रकार साम्यान साखावांचून राहत ताचकारस्थानपहु, तरवार्यहार, व राजस्वीने आपरुया दरवारांत राजकारस्थानपिह, तरवार्यहार्य, व बुद्धिययसंपत्र अशा संविध्दर्धाचा व सेनायणीचा संप्रह केस होता, होत्र स्रोच्या शहाणपणाची व ह्यारीची तारीफ कोण काणा नाही? असे साम्यावाद्य ह्याराह्य हेस स्राच्या स्राच्या स्राच्या

नंशित क्षेत्राव वार्यात वार्यात हें स्वारामराव वार्ये संत्राव वार्यात वार्यात

—:गिमप्रिक् िडीम

हिनिकार प्रीह गुड़ाण किमिष्णाम इंदिं। मांख हार्डसू किंह एड नजराणे व मूल्यवान् वस महाराजांस व बाइसाहेबांस नजर केली. -प्रहान कर्नछ निष्ड क्रिक इंघ घ प्रश्नुष्त प्रहांन , किर्क पण्य हाल्छी उभय नधून्।स साद्र करण्याकतिता त्यांच्याकडून आरहे वहुमूख झाखानंतर मेजर स्टुअर हानी गन्हर्नर जनरत्साहबाना खिलता व तिरिधिक कर्डुंग्रहः वारब्हुमु शिमिया .र्रहार निर्मात स्ट्रिया विर्मात मृष्टिन ह्याहार र्रामर्डाम हां । कहुं हा तर्मा इकड़ र्रा . रहें इलाए मृत्वारी सांहाराव्रम मरूर्व मिला दिखी मिला केल राहाराव्य ह उहित्र देतायुरात्न द्रवारमहालामध्ये आणिहे. नंतर प्रिटिश रेसिंडर व मारुकुम् निनिज्ञे , ज्ञाति प्रमाय कि विद्युक्ष मत्रम प्रावर्ज लिमप नाइ .ोत्रि विद्या विद्या देव मीया देव मात्री वहीं होती. हा-ज़िशं द्रवारांत हमर झाले. राजनाच्यापुढं घोडेस्वार, शिवंदी, प्लाहं मन सरदार, दरकदार, मानकरी, मुत्सदी बगेर् हे कि आपापत्या इतमामा-हिनाश्चर प्रदेशहर णिमएहाछ . रीह राख हा हा हिनाश्चारम महाहडर अपिए हर्नारी पीवाख करून व सुवर्गीकित म्यानाच्या समझेरी कमरेस प्राप्तमात रिक्ट मध्नीरिष्ट रहा शाह उंडम्सार हांछ ह उंहरूर ग्रहम उंडिस राजवाब्यामध्ये राज्यामिषेकाचा थार उडाला. जिरिश रेसिंडेर नामाह कड़िस्ट लामपा निडांत साखर यातरी. सामाणे कमसोहका झाला-निवाल व मुह्यवेश होऊन वायनावाईसाहबानी उभय मुख्य मांडी-तहार तहाइ नामग्रामम ।हराम नत्रहा हाग्रह हिग्रह्म कानत -: तिक में मेराली सम इसीस पहल होता. त्या दिक्शी प्रात:-तिहा सन नगरामध्ये आनंदप्रद्यनार्थ गुरुवा तोर्गा उभारती होती; हिवशी-हाणजे सीमवार ता. १८ रोजी, राज्याभिके समारंभ झाला. ह्या इस्ट अतर नाम हें माराह माराह भार साम है है है है है है है राविवार ता. १७ मून रीनी ग्वाब्हेर येथील राजवाच्यांत मुकुरराय

.राधि द्वारा श्रिमांमभारक क्राक्कार्म ग्रहिमामंभाक्ष्मीयिक क्राक्कार्य शिक्रिक क्षाप्रभाम हिम्पा दिनायक प्राप्त वाह्याहेबानी দিনিচ্দত দত্তকাড়নাড়া দত্তাকহি দাক্তি চহীট চ জ্যাত্ত দিন্তি ত্রিক आपल्या सुलीची कत्या देऊन त्याचे लग्न करा हे अशी इच्छा उत्पन्न झाली. नी। १८ मून इ. स. १८२७ ह्या ग्रुभितेनी द्विविधान व राज्यानि-वसिविधानहरू आपले पूर्णपण अनुमोहन हिल. नंतर वाहेसहिबानी मिनि निर्मात निर्म क्या मुख्या पस्य करून स्थास गाइनिय हिम्लि रुड्रवाष्ट्रणक तीमधीस मिमास्त्रम साफ नरुष कप्टड गण्डम ।इ सरदार छोक हांस पाचारण कल्ल त्यांचा द्रदार भरविला, व त्यामध्य हिंदुराव आणि ग्वास्ट्रेर हिवाण वाष्यी रघुनाथ, व इत्तर मुरसदो व ता० १६ जून इ. स. १८२७ रोजी, बायजाबाइसाहेबांनी आपले बंधु योगण्यास हा सुलगा पात्र आहे, असे संशास टरव्यानेतर, शनित्रार -भट इम्पार राजिन हे अहित असे सामित है. हाममाणे राजपद उप-मुख्यां अस् यह विविद्यः स्थानप्रमाणं सामुद्रिकांनी त्याच्या

है सबे सरहार व मुस्सही कीकोचा दरवार भरबून सबीच्या बिनारामें है। है। वालवाबाह्न संग्राप्त व राज्याभिषेक असे दोन्ही समारंभ उराबिक, हो विज्ञाह असीह ता ९ जुळहेच्या ''क्छकत्ता गरहर्गेट ग्याबेट'' मध्येही प्रसिद्ध हालिको अहे.— आहे. ह्यांत स्पष्ट शिहिके आहे:—

स्थावरून वायजावाहेन हा कित्रमाति स्थापन महत्वा व्यायचा हो।

.डिंग हरमत माधी.

[&]quot;On the Saturday previous, the chiefs and the ministers were assembled at the durbar, when the intentions of the Baiza Bai to adopt and place Mookut Rao on the musnud were publicly announced, and the opinions of the assembly were asked. Not a dissentient voice was heard, and all expressed their warm concurrence in the measure."

केडल, त्यांसच संरथानचे सबे आधिपत्य दिले; व त्यांनी आपल्या इच्छेपमाणें दनक पुत्र प्याया असे ठरविले. ही गोष्ट बायनाबाईसाहेब व ग्यात्हेर हरवारचे मुत्सही व सबे प्रजायन ह्यांस संतोमदायक झाली; व त्यांनी त्यावद्रत नामदार गव्हर्त्सर जनरत्याहेव ह्यांचे व रेसिडंट मेजर स्टुअर्ड ह्यांचे फार भार अभिनंदन केले.

वायवायाईसाहेव हांनी ग्वाव्हर्व रेसिंडर मेनर स्टुअर हांच्या विचाराने सर्व राज्यकारमार आपखा हाती घेतला; व ग्वाव्हर्ग्च सर्व मुस्सही व सरहार स्रोक हांच्या भेटी घेऊन त्यांस आश्वासने दिसी. महाराजांच्या पश्चास् वायचावाहसाहव व त्यांचे बंधु हिंद्राव घाटगे हांनी राज्याची सर्व व्यवस्था आपले हाती घेतत्यामुळे व द्रवारी लोकांस संदुष्ट केत्यामुळे, ग्वाव्हर येथे कोणत्याही प्रकार गडवह झाली नाही.

राने ला विश्वासाने नीज करावें; हा प्रेमभाव मोडकिक व त्यांने सिनेमीम प्रभु ह्या उभयतास सारखान भूषणावह आहे, ह्यांत शंका नोही. असी.

तानंत्रीक प्राप्ति छड़िवार गण्डिएच्या गाड़ीबहुक विचार क्रितिंता, महार किए एक्ष्मंछ व एक्ट्र कि इंग्लिक्षं होड़ी व्यक्तिया व्यान्त्रिक्षं क्ष्मित्रिक क्ष्मित्रिक क्ष्मित्रिक व्यान्त्रिक विवास्त्रिक व्यान्त्रिक व्यान्त्रिक व्यान्त्रिक विवास व्यान्त्रिक विवास विवास

१ लॉड डलड्रीसी झांनी ज्या नेळी एतहेशीय संस्थाने खालसा करणाचा कम आरंगिला, त्या नेळी भि० सिलेब्हन नामक एका युर्गियन गृहर्थांनी ग्वा-इंड्रिज्या संस्थानाची ही हक्षीकत देकन त्या नेळच्या उदार राजनीतीची प्रशंसा केली आहे. त्यांनी झायमणे उड़ेख केला आहे:—

sense."-The Native States of India, page. 22. about the eventualities of his succession, "was a woman of second wife, who, said Scindish to Colonel Stewart, when teased this case the right was exercised, not by the eldest, but by the whom Scindish's favourite wife adopted after his death. Gwalior succession; eagerly and gracefully he recognized the boy On the contrary-he disclaimed any right "to regulate the bound in 'all" such cases to do-seize on Gralior as a 'lapsed'" Lord Ahmerst did not-as Lord Dalhousie now says we are may do as you please." In March 1827, he died heirless. But "After my death you will be masters of every thing, and careless of the future, he repulsed all their entreaties, replyingwas, he felt, gone, and he was no longer the same man. his sword had not been drawn, the glory of the Mahratta race After the downfall of the Peishwa, in whose defence and irritated the sick prince: for the pride of Scindish had been they reasoned, they argued, they insisted, they even annoyed his assistant, passed months in urging him to adopt an heir; Colonel Stewart, the Resident at his court, and "In 1826 Dowletrae Scindish, Rajah of Gwalior, was ill and

'डि रे सिस

. इंकिगक किंग्डिंग कारकी इं.

-ाकरम एडीही ह;।हाहर्ड साक्ष्मी रेणू ।हमार रहाग्राक्रम एडीही मस्ड्रे तथापि सिनें ती न जुमानतां, आपसा पतीच्या शहाणपणावर हवाल। हमारक विषय हेपूर्व के हिंदि है। इस है विवयती का विवयती के कि मार्फ क्याक्रम निर्म भोर्स मार्क्सामुक्त पट्यास निर्म संस्थानांनी मिक्ना माहान्य हैं हैं हैं हैं माहान्य संगानयास इति, व त्रिरिश एक्षण करण्यास न्याहरसारक्या प्रतिहाय जीना परिणाम इ. स. १८५७ सालच्या विकट प्रसंगी कसा हिताबह क्एण्याकडे, त्या वेळच्या चतुर राज्यकलांची प्रवृत्ति अस. ह्या प्रवृ-एक्ष्र के उरुट ,िंगिक म छिममा हिक्के । प्राप्त में प्रिहेरिय ,कैसास्त्रमध मारास्या आहेत," अहे शहाणाणा मारास्य के संस्थान एलाइटार १९ठीही दि माध्यम एतिइँग्रेप गर्गिश्रिका में रूर्व एक तुर्म अहिनस असता; व लामुक चेहिंग्दे अल्प्सता उपत्र झार्स भरती. धेनक प्रकंप नक्षि अतुंधि नहास्य प्रत , रिप्तक असे अमिष्ट किंमास्यार हिरीही नूरम सुभावनि नाथम इन्स छिरासर्डुराहर नाउन प्रमिश नितम गड़र गाम बहानाम मंखान होता है। स्थानावहरू भार उदार मतान एकाल मास्या स्वान्त्रीय हरूर हिंद्या संस्था संस्था ईक्रोंग्रिस लामर रूम्रकृष १८ देशिल इंदि १८ १८ १८ १८ एडीसी क्रीतांनाभरूडुंडी किर्व एफ र्रहाप छुप्त इंखी वाप्रतक 👫

भीत महाज क्षार ज्ञानप्रसार कमी होता ह ब्यक्त होत असे. तालमे, अशा गोधी त्या काळी फार घड्डन मेत असत, च त्यांच्या 11 জাঙ্ক কান্ত দুর্ঘ দুর্দ চি উদ্রাদ্য . দিরি জিদীঠ জিছ দ ,াজািদ अशि वातमी पसरकी हो, तंबूच्या कानतिमध्ये कळीच्या ताम, हाह्न-इक्रिती इकिही ,मल्फ न हांछ्डल माधनार्गक शीर द्वि होंग गर्का मशालजीन्या नजर्जुकीन त्या तंबुस आग लागली, व तो सब नद्भन नीचा समार्म कहा. त्या दिवशी, कमयमेस्योगाने, रोपनाहं कार्रताना नहिम रिमि क्य निवा होड़ी होएतराई हें मुद्री छि महिन मेरावा-मुहित्ता क्षेत्रमा क्षेत्रमा सहस्या यहास्य व रमणीय अशा खोल्या तथार कर्बुन त्यांस नजर केला. तो पिवळ्या रंगाचा असून त्याच्या कृत रड्युं ह रूप क्य नित्रीकांछाड़ी हार्ग्नर्श्ड हांड्डिसिर् रह्यू शिक्ष मह्रुष्ठ प्रापि मिस्स मिश्कि क्रिय क्रिया मिस्स्य । माएनागंभ र्राप्त है ,रुधिर र्राष्ट्र पात्र भाउडेशिर एडीशि न्ह्राप र्रुज्यम प्रकिय होए।अध एर्जुम्बूह एर्ज्य प्रमान है। हो। असे समजून, खांनी त्या गाडीमध्ये प्रथम फक्रीर लोक बसबिले ! अथीत् क्रिष्ट किन्द्र म.सम् कितिकार क्रिया कर्ता कराहि मार्क अशा प्रकारना अश्वरथ पूर्वी कथींही पाहिला नव्हता. त्यामुळ त्यांस निक्ष्यम शिष्ठा हायाहा व शिष्ठा हाया दरवारी मंद्रकी इसांछ नामाप्त किताक निंगका मत्तर निंग्ज न र्वाप कियार नामः एडर्फ प्राप्त ि ह रिरुणिश्चि न.लेक प्राप्ति नहाडकेप्ट्रं पिन्न कि।न मृष्ट उकुट कुण निर्मिक्षिणिकि , निर्मि मकलाम मृष्टम उडिली घड्न येत असत. इ.स. १८१० साही, शिंबाच्या दरवारचे त्रिहिश् मार्चाह प्राक्षय कितिमार कर्नाछ रामुख्य । असत असत अस्ति क्राप्त मन्त्रामाह एकि।ए हे ह स्पेश घार मरहि ऋष तीम मिर्माल महाप कुरह

मार्कत होत असत. तालये, प्रखेक गोधीत लांचे सीचन्य दिसून येत अमे. इंयजी रेसिडेंटाचा ते फार सत्कार ठेवीत असत; व लांस कचित् प्रसंगी मेजवाया देत असत.

दोलतराव हे सवे हिंदुकीकांत्रमाणं घमोच्या वालतीत परघमीयांशी कार सीम्यपणाने वागत असत. ते स्वतः कमीनष्ठ होते, परंतु मुसकमान साधूविपयी व खांच्या देवस्थानांविषयी खांची पूज्य बुद्धि असे. त्यांची मुसकमानंच्या पिरांची व फिक्संची वर्षासमें चालविली होती. ग्याख्रेर येथील शाह मनसूर हाच्या स्थानावहरू त्यांची पराक्षियीत प्रका असे. हाचे कारण, त्या अवलियाने महाद्वी शिंहे हास, ''दिखीपयेत तुला राज्य हिंसे आहें" असा वर्षससाइ दिला होता. त्याप्रमाणे पुढे घडून आले,

नाजाह हर्माट हामकीम विषयीएकीहरू एक हाएनामुद्र प्राचीन होताहै।

होति सामयना ह वाह्य हास्त्रिय काक वान्यस्य व चानयस्य हार्चित व सामयना हार्चित कान्यस्य व चानयस्य स्थानयाः कान्यस्य व चान्यस्य स्थानयाः कान्यस्य व चान्यस्य स्थानयाः कान्यस्य स्थान्यस्य स्थानस्य स्यानस्य स्थानस्य स्थानस्य

हरण करे, त्या मानहानीस अनुरुध्न हैं उत्तर होते.

कार शोकी असून, त्यांच्या जवळ गानकलांचयत गुणिजन कार असत. त्यांच्यापुढं गवयी व कलावंतिणी खांची हित्रिरी लागली नाही असा एक हित्र जाव नसे. ते खा कलेंतील पूर्ण रस्त्र असून, धुपदांचे मोठे भोके होते, अशी ख्याति असे. त्यांना उद्यानविहाराचाही कार नाह असे. ग्वाल्हेरच्या सभोवती त्यांना अनेक बागवगीचे केले अमून नाह असे. ग्वाल्हेरच्या सभोवती त्यांना अनेक बागवगीचे केले अमून नेहमी तेथे वनभोजने व वनकीडा चालत असत.

डोलतग्व शिंदे ह्यांस दोन वायका हीरया. परंतु त्या दोबीं-मध्ये त्यांची वायनावाहंचर फार प्रीते असे. त्यामुळे वायनावाहंसाहंच नेह्यां त्यांची वायनावाहंचर फार प्रीते असे. त्यामुळे वायनावाहंच्याह्न नेहमीं त्यांच्या सिक्ष असत. त्या स्वतः चतुर व क्यामखिंद अस-श्यामुळे दोलताया शिंदे ह्याच्यावर त्यांचे पर्याते गोधीमध्ये त्यांची सहा-शिंदे हे हरहमेषा राजकीय अथवा घरगुतां गोधीमध्ये त्यांची सहा-मस्तित घरा प्राविता वायनावाहं ह्यांचे दोलतायांवर विशेष वयन होते ह्या पाठीर रचपुतांच्या उच्च कुलांतिल असत्यामुळे व दोलतायां ह्या राठीर रचपुतांच्या उच्च कुलांतिल असत्यामुळे क्रक कुलमंदाय क्यांना प्रतिच्या मरात्यांच्या चुलंतिल असत्यामुळे, केयळ कुलमंदायुळे कांचा पाठीर रचपुतांच्या चुलंतिल असत्यावाहंचे दोलतायांसारख्या कांचा व्यापा प्रतिच्या उच्चतेमुळे वायनावाहंचे दोलतायांसारख्या पाणीहार व प्रथमंत्यत्र पतीयर वर्चस्व वसले नमुन, त्यांच्या अंगचे पाणीहार व प्रथमंत्यत्र साले होते.

^{? &}quot;Her descent was from the Rahtore Rajpoots, which alone gave her great power over him, as he was of lower caste."

त्रिक्त किया ते. त्रिक्त व्या आठव्या हेन्से स्विक निक्स किया हिन्से स्विक निक्स सिक्स सिक

होड्याच्या पाठीवर् राषांची शिकार करण्यांत जाता असे. नेम मार् बोड्याच्या पाठीवर् राषांची शिकार करण्यांत जात असे. नेम मार् ण्यांत त्यांचा हातखंडा असे. बरोच्या कांठी तायांचेतास वसून मार् अरण्याचाही त्यांना नाह असे. घोड्यावर वसण्यांत व माला मार्ण्यांत हे पराहत होते. हे होन गुण त्यांच्या सहवासांन वायावाह ह्यांच्य अंगी पूर्णत्वेक्ष्ट्रन वसत होते. ते जातींने आळशी स्वभावाचे असून संदां प्रवासांत राहण्याची त्यांना संवय असे. अगदी वातवयामध् त्यांच्या हातून कांहीं कृत्याचाच्या व कडक गोधी घडल्या; परंतु पुर क्यांच्या हातून कांहीं कृत्याचाच्या व कडक गोधी घडल्या; परंतु पुर अंद्रें त्यां गोधी कर्ण्याचा ते सहसा प्रवृत्त होत नसत. ते स्थमीनिर असून पाटीतवावांप्रमाणंच भीरे कृष्णामक होते. सुकाळसंध्याकाळ देवपुता वगेरे करण्याचा त्यांचा सिरम असे.

इंगिटतराय शिहं खोच्या कालामध्ये ज्ञानप्रसार कमी असप्यायुक्त अंथवाचनाची अभिर्मि केताचित्र असे. स्यायुक्त मनाचे रंजन कर् श्वाची साथने व मार्ग ही बर्तमानकालामाणे स्पून, गाणंचवावणे र शिवरंग हांवर स्या वेळी फार बहार असे. होलतराव शिंहे हे संगीताने

बरीबर अगदी खेहभावाचे होते, त्याच्या मृत्यूचं इस लिहितांना माझी हह्यश्रीत द्वृत जाणं साहिजिक आहे. तमं न झालं तर मला, खरोखर पाषाणहृद्यीच व्हावें लागेल. त्याचप्रमाणं, मृत्युसमयी त्यांने जिश्च स्रकारच्या न्यायीपणावहुल व ओद्।योबहुल जो अमयोद् विश्वास दाखिला, ती त्याच्या मृत्युवरोबर् घडलेली एक महत्त्वाचीच हृद्य-दाखिला, ती त्याच्या मृत्युवरोबर् घडलेली एक महत्त्वाचीच हृद्य-दाखका गोष्ट समजली पाहिजे."

ह्या खलियावरून मेजर स्टुअर हे सुस्वभानी गृहस्थ असून, एतहे-शीय संस्थानिकानिक्यो स्थांच्या मनांत किती आद्रशुद्ध वसत होती, हें बांगले दिसून येते. असी.

महाराज दीलतराव निवतेलानंतर त्यांचा उत्तरिषि राजक्षेय थाराने झाला. महाराणी वायजाबाहुंसाहेव ह्यांस आपत्या प्रियपतीचे चिर-कालिक वियोगदुःख सहन करण्याचा भयंकर प्रसंग प्राप्त झाला. परंत त्यांनी, धीर न सीडतां, मोठ्या शांतपणांने ते सहन कहन, आपत्या अजमानाच्या आनेपमाणे संध्यानची राज्यसूत्रे त्वकरच आपत्या हातीं धेरिकी.

नायजानाईसाईनाहोनां महाराज दोठतराव शिंहे बांच्या दहनस्थाना-कर एक भुरेख छा वांच्य त्यांचे जाहोर वेथं निरस्मारक करून रेनिठें आहे. ह्या छजोच्या खनोकरितां त्यांची सालोमा दहा हजार एपयोची नेमणूक करून शिं आहे. ते अखाप चलाने होने समाति सालाना महिन्छ

इस ॥ १.५ किं किं किंक असून स्मेश हे के इस में ग्री है हैं हैं। इस के किंकी ए.५ मी हैं उंदे वार्ग के किंकी काम व किंचा गर्ड़ के किंकी काम व किंचा गर्ड़ के किंकी काम के किंचा किंचा किंचा किंचा किंचा के किंचा किंचा के किंचा किंचा के किंचा किंचा के किंचा किंचा के किंचा किंचा के किंचा किंचा किंचा के किंचा किंचा के किंचा के किंचा के किंचा किंचा किंचा किंचा किंचा किंचा किंचा

निम इक्छिछ म्रेट में एर हे अह किया हो। महिन्न व्यक्ति माना असं समज्न, त्यावहरू क्षमा होईरू अशी आशा आहे. उया संस्थानिकाचा होए एत महत्त्रम मारिय हा भाषा हो। अर्ग १८३१ छो । पत्रातील कोही भाग नेहमीन्या सरकारी पत्रव्यवहाराच्या मयाद्पेक्षा चुका व दोव हे क्षम्य होते, असे मानण्यास हरकत नाहीं. ह्या र्माइ । इ. हिर्म त्रोधनाकृ है । एना छ । इ. हाउनु है । है । एना है । वालपण, त्या कारुच्या म्यात रुप्कान कार्या हो अप हो स्व क्षींचे हाती अवधे चोड़ा वर्षीचे अरुप वय असतां आही; व लांचे सबे क्रम असत. एकंदरीत, हिंदुस्थानांतील एवदी मीठी किस्तुत सचा जार शतपदानी कतेव्यकमें उत्तम शीतीने बनावण्यास सदेव आह नीह पहुंदु दीम नाई हां हे स्वाह व आक्स हे स्थान होन मोह हुगुंग होते. कारकीद्ति, त्यांच्या हातून नीतीचा मोठासा भंग होण्यासारखी एकही मिनमंडळाकड अधिक येती असे मला वारत.), तथापि त्यांच्या पुढील रुडीकु फिनंफ़ किंग्रिंग हिम विश्व है है एक इनाफ़ ज़िल है हिम हिमिकी अतिशय सोम्य व शांत होता. तार्ण्यावस्थेत त्यांचे हुगुण व प्रमाह हशित देत असत, ते फार मामिक व आनंदप्रद असत. त्यांचा रवभाव हि णिष्टि । मिर्फ हो मिर्फेराणमाम कर्मछ . निव्रि किमी ह गुरु गाय है .राह्म मंग झाला असतांना त्यांच संस्था सुरक्षित गाहित. पण किया समजूत ह्यांची उणीव नव्हती. ह्यणूनच महाराष्ट्रसाम्राच्य-कर्णाच्या राजमाहिक्त गणले जाणार नव्हते. स्वांच्या हिकाणी शहाण-मक्रक हिंदी अह है शाक्षित , रेडिंग म्हर्म किया क्रिया क्रिया क्रिया क्रिया क्रिया नास मास परत होते. दोलतराव शिंदे हे बांगव्या राजास साम-तिपि किसी विगंध्य फिष्मींहागड्डम मल्रवास्य गाम्बेड १ १ १ १ १ १ -क्षुष्ट एक असम्बन्ध नेन्नोहर्न एव्लाहर ह रिविड किर नक्षीड कि किर्याक्ष

सन मला बाहुसाहेबांजवळ नेण्यांत आले. त्या वेळी त्यांची व माझी भेट फक एका पातळ पडबाच्या अंतराने झाली.

भिष्ठ प्रस्ति से में काय भाषण के के सि सिर्मार १७०१। में सिर्मार है कि कि सिर्मार के सि सिर्मार के सि सिर्मार के सि सिर्मार के सि कि कि सिर्मार में सिर्माय के सिर्म

खाले होते. पंतु लावर महाराजांचे शेवरचे स्थापन बाण्त स्थापन वाण्त स्थापन स्यापन स्थापन स्थापन

'महाराज्ञांच्या अंत्यविधीना देखावा फार्च हृह्यदावक व शाक-कारक होता. महाराज्ञांचं शव पालखीमध्यं घाह्न त्यावर उची पीषाख कारक होता. महाराज्ञांचं शव पालखीमध्यं घाह्न त्यांच्या पाहण्यंच्यं केरक क्रिक्त मोक्याप्रमाणं त्यांच वसिले होते. त्यांच्या पालखीचरोवर स्वारीचा समारंभ द्रावारी थाराप्रमाणं असून, त्यांच्या पालखीचरोवर हत्ता, घोडे, ढंका निशाणं वगेरे सब चाल्यं होता. ताय्यं, त्यांचं श्रेव्हं हेते. त्यांच्या प्रताबरोवर होता. ताय्यं, त्यांचं श्रेव्हं हेत्य. क्रिक्त चेण्यास माणूस त्यांच्या प्रताबरोवर होता. तात्यंयं, त्यांचं श्रेव्हं हेत्यं वेण्यास

की काय, ह्यापून पुनः प्रश्न केला. त्यास महाराजांनी 'होय' ह्यापून अस्पष्ट खुणेने उत्तर हिलें.

उन्मित्र हेनक्ष्य व महंत्राल क्षियों आकंदन व पुरपान होनस्था बाज्या योगाने राजाब्यांत निकड़े विकड़े क्षिया योगाने हाज्या । ज्ञान क्रियों अश्वक आहे।

"२० तारखेच्या खिल्सांतील शेवरच्या कलमांत कळविल्यामाणे, मीं महाराजांच्या घेताची पुढील तथारी होई तोपर्थत, राजवाब्यांत राह-मीं महाराजांच्या घेताची पुढील तथारी होई तोपर्थत, राजवाब्यांत हार-ण्याचा निक्ष्य केल, व लाप्रमाणं हिंदुराव व तेथं हचर असल्ल हुन्। बारचे प्रमुख लोक खांनोंडी मल। विनंति केली, तथापि लांतच्या बारचे प्रमुख लोक खांनोंडी मल। विनंति कार्या कांत्रच्या समायानाची गोष्ट एवडीच हों, सती जाण्याची तथारी कांत्रच्या अपलाचा विचार करिले, त्या वेल्ला हो आया मिकल्लन एक प्रकारचे गंमीर आपला विचार करिले असले. मग ती ला वेले तेचांत्रच हांखाश्च तो आपला तोंडावरचा पर्टर एकिक्टे साल्लन सवे त्यांत्रचे मार्था आपला निश्च कांत्रचा मह्या मार्था मार्थी मह्या प्रकारचे केले व आपला निश्च कांत्रचा हो साथवाबाई महाराजांबरोवर सहगाम करणार कांत्रच कांत्रमा कांचावर आदी, तेव्हां त्यांचा प्रतिवंध करण्यास अशी वात्रमी माह्या कांनावर आदी, तेव्हां त्यांचा प्रतिवंध करण्यास अशी वात्रमी माह्या कांनावर आदी, तेव्हां त्यांचा प्रतिवंध करण्यास अशी वात्रमी माह्या कांनावर आदी, तेव्हां त्यांचा प्रतिवंध करण्यास अशी सुचना केली. तेब्हो मी, महाराजसाहेबांची तशी इच्छा आहे तौच, वायजावाहेनी पडधांतून ''डा० प्यांटन ह्यांस वीलायून आणवावे'' जिठर म रिरुट मि -रिज्ञम पसंत पसंत पर्य कार्य न उठरो हिनाहा न्या है। विश्व की है कि कि लिए हैं। विश्व है कि अपने प्रमाह हुसन्या खोलीमध्ये आपण कांहीं के क नावे, व महाराजांस थोडीशी ,कि रिक प्राम्नी राप्त हैं। विक्रिय राज्य है। विक्रिय प्राप्त कि कि कृष हों। प्रिक्त सांगावयाचे आहे) असे शब्द उचारिल. परंतु पुढ असे विनारित. त्या वेळी त्यांनी पुनः "वहुत तेरासा कहना है" (आप-👯 प्राक कि ब्राध १४३ इ जिएए विकक रिम ब्रिक किए। भाष्ट्रीप कारवल नाही. पुढ पुष्कळ वंक ते स्वन्य राहिल. श्वरी मी " महाराज पुर हर्परावक शब्द उचारिके. परंतु पुर्ट लांग्निं ते नाम्य पुर गहिंदर आला, व खांनी ''आफ हेखनेतृ, और आपके महिबतसे-'' मारा माराम प्रहा स्थान वाहा। द्शिनिकी. ह्या नेहारा माराम मारिक्र मि प्रतान (. रुट्टीक रिज्न प्रति क्षिप्र णिमप्रखन्द्र एटनांकाग्रहम " , रिक र्रेश रम्ह मांहाग्रहम मि नकूर्य हे .र्ज़िमहर इना है (174 कि है रुड़ाइ इपि के मिल्रिह) " (इस मि , विभिन्न मह कि " , वितिष्टि व मोड्स के के के के के के लोक है मांक्र है मांक्र के साह के स अरुने मिलिन में खान में सिर्फ होते. शेवरी, क्या ने मार्क मार ট্রিক :চদাথদ দাঁজাজ . জর্দ কৈছি জ্যাঞ্চ অন্দার্হাট । ফ্রাজ দি ाहिमीकाएणकु र हाता हान्द्र इनाइ हाक ह जिल्ला अहार हाता है हाना मि हाड़ मिल हाँ हो कार समा है। मी कि हो है हो है हो है। नारह । हास हुन होगर गाम अपेर मार्ग होस होस . छंडा हो । जांच्या चेहच्यामध्ये फार फरक झालेला पाहून मला एकदम वाइंट

-परचांमध्ये बायजाबाई, रखमाबाई आणि बाळाबाई ह्या हीला. महारा-इकिए एन्हि . तिर्ड कि एकि व विष्ठ छक्ष्य किर्मित । एन्हि ,रुराम रिप्त रेडाइ ,रिडि रुडा पहने ,रिडि रुप मकुड राहाइरि प्र नाएक माराउन इहि मजवरोग्र आंत आले. महाराज परंगा-भुद्रुए निंद्र क्रम छिलाह ह तडीं माग्रामग्रह, द्वाद्यीग्रहा हिहार हों न महाराम ज्या खोलीमध्ये होते तेथे गेलो. मजबरोबर हिंदुराव, कि रेड्न , महाराजांनी महा आंत येणयाबहरू पाचारण केलें. तेन्हों मी हिंग कि काह, ब्राह्म महाराज्ञा अंतरपुरांच में आखान वही हांहारुड्डो ह सिम रहेडी उत्तर सिह " होडर प्रकृष्ठ पणा होडी अहि असा मी प्रश्न केला. हिंदुरावांनी " महाराज फार अस्वावस्थ एक हिक निकूप मिनिइंगिमागुम , मिनिइं उर्भ झिम ह मिनि। -हुंड्री .र्ज्ञम मिक किंग्य सम्यक्षिक जमा झार्क हिंदु-हशीस पडला, राजवाबयात प्रवेश कारिताच मिरिनराळ्या हामान्छ। हाम एडिस्स क्रिकि गिर्ह छिलाइ होकाहरी होतार होस्वारहार रिर्जिए होम्बाइहार लाकाह मरूषे प्रहिष्ट करम सिंख कड़ीड मध्यादन िमी सेक्त उपला असे वाहून, मी लगेच घोड्यावर वसली; अपिष शुक्तकार । हा किए हे क्षिय है कि है। अर्थ । अर्थ । अर्थ । आहे. बाकतितां, आवण एक क्षणाचाही विरुव न रावितां, तावहतीब किर्क कपट । छन्ड उकार कि। प्रण्याभ भाषा भाष्ट्र हेम स्। अहम भ ्रीके ठिनेठक प्रिनि ।एक क्षिका हुई। निष्ठ ।छाध हिकर्ने हिंदि होष्ट्रम मेंद्रेक फिड़िम किमिन्डिमीर प्राव्जेडिट क्य मूर " कार सकाळी ९ वाजण्याचे सुमारास, महाराजांच्या राजवाब्यां-

हाफ .हार पठिक पंपक होपह ति , ति झार ति हो हो हो। माजनांचा श्वरता निरोप धतता. महाराजास द्वाया होतांच कड़ीस मिह्न महिन, खांचा व खांच्या बरावर आपखा अखिल बायजाबाई लगेच महाराजांजवळ आल्या. तो महाराजांनी लांच्या-किभिन्दा हिम्मिन देसरीय इसरीया हुमरीया वसके सहाराजान्या भिन्नत्वी म डम हिम्ले छेहे हिंद अल्यानंतर, कोही के छेहे । सामाण हिंदुरावांनी ताबडतीय घोडस्वार पाठबून रेसिंडर साहबास निजर स्टुअर हांस कोलाबून आणणयावहल हिंदुरावांस आज्ञा केली. महार्तात महानिक्स भार हिस् लगाले. त्या वेळी महाराजांनी शिर्जहोते. अस्ते माघ वदा ७ शहर १७४८ मिर्ग महाराज्ञाच्या स्वे सेवकचन महाराज्ञान्या प्रकृतीवहर वितातुर हो कम विश्ववहन रुतिह्वास्ता व रति रुपम क्राप्तम प्रहामानाउन । क्राप्तानावन समुळे लांचा अंतकाळ अगदी समीप आला. बायजाबाइ व लांचे बंधु थकत चालके, व लांना उद्राची अथा होऊन लांचे हातपाय सुजले. तेबला सर्व उत्तमप्रकार्रे सिद्धीस नेत्या. पुढे महाराज अधिक अधिक मिन्द्र । १६८ विकास विकास विकास है । विकास है । -ाड़ . लि। है तहे हैं। हा दाययमा है कि एवं है । है । है । है ।

ह्या दानथमीचा हुत्तांत 'शमसूल अस्वित्।' ह्या पनांत प्रसिद्ध आस्वित। नात्र संस्था प्रमान क्ष्मित अन्ति अन्ति। स्थाप उत्राह क्ष्मित आहित।

[&]quot;Here is a Chief, once powerful enough to inspire the British Government with apprehension, risking his throne and his life, by wasting upon idle Brahmans money which is due to his dependents!"—Page 373.

^{।।} रिमक मृंपिक मिस एंडी। इस स्थान साम होगा हिमान होगा ।।

.र्जित्तीं मिंस : अंदि । अंदि विश्वास अहि : अंदि स्वास्त साह्या स्वाप्त है। लाकिन कि ल्रांट मालकामारशिक्ष मालका हिं , म्रूलेड में स नियास, स्या त्या वेळी महाराजांनी, बायजाबाई शहण्या व चतुर आहत निइ डिशिणार कल्पांयाराष्ट्रम निष्ठ उस्ट्रु ०म .हाथ मानाइइनी बहुरु खात्री झारठी; व आपत्या पश्चात् वायजावाहेनी राज्यकारमार -िष्मित्र मिन्द्र सहस्र हो। वायनावाहेन्या योगयते रुपार रिष्मित्राष्ट्रणात्र किन्द्र ाष्ट्रणाध्र मञ्जल व्यापासंग्र शिद्रांत्र्राप्त उञ्चार निांक रेख़ि नारुतर्रा ग्रेक्स गर्भ ''.डिग्न डिग्रेक किथि गिर्छ लियां स्वायवाद्यांत वसावें जाण दुवस्य नेवारं. हापेक्षां तिन्या ज़ानवा आहे. खासुळ ती राज्य करण्याचे कामी अगदी अपात आहे. रींतरा अनुभव हे गुण असारे हाताता. ह्या सहिष्टा हिनां हाती धेणाऱ्या वायकोच्या अंगी शहाणपण, जगाचे ज्ञान, व्यवहा-प्राप्त राज्याचा कारमार चालवावा है खरें अहे. परंतु राज्यमार उत्तर हिसे अहित हिरिस्याप्रमाण माझ्या चडीक पत्रिम मास्या अपिणांस दीन वायका आहेत, त्याचा विचार काय ?" महाराजांनी

नळवा थामधुमीचा काळ अधिक वरा असे ह्यणावें लागते. असी. खेदाची व आश्रयोनी गोए हीय. ह्यावरूम, इतिताय बिंब्यांच्या हिदुस्थानच्या सुधारलेखा बतेमान स्थितीत उणीव असादी, ही मान जुना काळ व जुना इतिहास उथा गिथि शिकवीत आहे, त्या भाषेशिक तरी राजकारणी व चतुर क्रिया हिंदुस्थानीत चमकू रुगात्या असत्या. किना अंतःकरणांत प्रवेश केला असता, तर बायजाबाह्सारख्या कितो -िमाश्रमं ठक्ये मानामभी । । क्रिया क्रिक्षा अप मानामभी सथित डा० होपसारस्था परदेशीय गुहस्थांस होतवराव होखांच्या च्या अपस्या बियांस किसी एका है हाएड़ा प्रमान है छह्यांच केतरे, प्रकृष्ठ छिताद्रं छित्रकेषु णिष्ट . ब्रिश छिक म्ह्रोहितमस् प्रम्ब असा अभिमान होता की, आपण कोणतीही महत्वाची गोष्ट आपखा गुनल्या एका भिषग्वयोनी असे छिहिले आहे की, ''दोलतराव हिाबांचा नागरक: होश क्षित्रा क्षेत्राया वायतावाहेच्या संगतिमिक क्षेत्रक्षा अनुस् (किर्मुारुपम कार्मा कर किर्म किर्म किर्म क्षित्र क्षाण्याकृत्ती)

दोलतराव शिंदे हांच्या आजारीपणांत रेसिडेंट मेजर स्टुअंट हांनी संस्थानाच्या भावी व्यवस्थेबहुल पुनः एकहा प्रश्न विचारला. त्या वेळी महाराजांनी असे उत्तर हिंते की, "जर राजाची वायको शहाणी व समजूतहार असेल, तर त्याच्या पश्चात त्याचा कारभार करण्यास तीच प्रमञ्जतहार असेल, तर त्याच्या पश्चात त्याचा कारभार करण्यास तीच प्रमञ्जतहार असेल, तर त्याच्या पश्चात प्रमा कारभार करो, "परंतु

^{? &}quot;His boast was (and a most singular one it is, when we remember the low esteem in which women are held in all eastern countries), that he never undertook an affair of importance without consulting her."

करावी, अशी वारंबार विनंति केजी. परंतु त्यांना द्वक पुत्र घेण्याची कार्य राज्यकार-गोष्ट पसंत पडेना. ते वारंबार ह्यणत कीं, ''माझी पत्नी जर राज्यकार-भार चारुविण्यास समर्थ आहे, तर मरु। स्वतःस द्वक घेण्याची काथ अवह्यकता आहे?!! अथित महाराजांचे हें उत्तर ऐकले ह्यणजे त्यांच्यापुढे एक अश्वरही काहण्याची कोणाची प्राज्ञा नसे.

दोलतराव चिंदे हांस रखमावाई व वायवावाई हा दोन वायका होला. पैकी वहील रखमावाई हा फार साध्यामोळ्या व विरुप्देश लिया. पैकी वहील रखमावाई हा फार साध्यामोळ्या अंगी मुळीन लिया असून, राज्यवाक्ट चालिय्यांचे सामध्ये सांग्याच्यांचे मिळी के होते. यायवावाई हा चाह्य्या, राजकारणी, चूते, प्रसंगावयानी, आणि के हिन्छ्यो अशा होत्या; व स्यांची आपत्या पतिस राज्यकारमार चाल-लिय्याचे कामी पुरुक्छ वर्षे साह्य्य केले होते. त्यापुळे महाराजांस संध् राज्यका काह्ये क्याचा होत्याचे स्वाचित् वर्गास्था अशी हच्छा वारणे साह्य विरुक्त आहे. परंतु तसे के सामि करावावाहेचा पक्ष चेक्स, तंद्यचे व क्राच्यास संधि सांपेटेल, व साम्यावाहेचा पक्ष चेक्स, तंद्यचे के करण्यास संधि सांपेटेल, व साम्या परिणाम संस्थानास विनाकारण करण्यास संधि सांपेटेल, व साम्या परिणाम संस्थानास विनाकारण करण्यास संधि सांपेटेल, व साम्या परिणाम संस्थानास होता कार्याचे कांहीन करण्यास संधि सांपेटेल, व साम्या परिणाम संस्थानास होता कार्याचे कांहीन

चारुविणयास रागणारे सामध्ये द इतर गुण त्यांच्या अंगी वसत होते: हाचा त्यांनी अनुभवही घेतरा होता. एवडेंच नव्हे, तर क्षिया ह्यणचे

successor,"-Mill's History of India, Vol. IX; Page 146.

[े] भिन्न सहिनांनी आपल्या इतिहासांतही हाना उन्नेस केला आहं:—
"The real cause of his reluctance, however, was his attachment to Baiza Bai, who had long exercised an imperious influence over his mind, and to whom he wished to bequeath the substantial authority of the state, although the opposition of the principal persons of his court, and probably some missine principal persons of his court, and probably some missine principal persons of his court, and probably some missine principal persons of his deterred him from declaring her his givings of the result, deterred him from declaring her his

भीम 8 थी.

.धुनु मांछ हांहा मारक्ष्यं

महाराजांस दंसक पुत्र घेऊन गादीच्या वार्साची योग्य व्यवस्था ,मिंड उंधरुर अप क्षेत्र है जिलाह प्रहेश है विदेश मवीदन व मेमभावाने वागत असे. महाराज आजारी असून लांची प्राप द्विप्राक्रम नाम्बहुद्वी लड्डाम्डाम्ज ,ळमाम्ब्रमस तागव निक्रिप् जाक हिराजक स्टाही है , म्युर तीपवीक मानाव्य है हु है। ह होत्र । कप्र कितिनाम् हुई। ई छात्रहाँ हाग्रहम . रेबिकक आजारी असत्याचे वर्तमान रीतीप्रमाणे गरहरनर जनरत साहेबास मीकळ्या मनाने वागत असत. त्यांनी महाराज डोलतराव शिहे भिरं। १५९५ हो नास्या प्रकारचा क्रिसंबंध असूत हो। माचाराक्रीतां वार्षार राजवाक्यांत केत असतः महाराजांचा व फिनांहागड्रम निष्मर हे रेसिए रेक्स मांड एमी ह न्याप्र उंत्रिमि न्ं। ह मां उरहा रहम उर्देश नाईशहर नामतेह मालसर महाराजांच्या शुश्र्षत अगदी तत्पर असत. महाराज आजारी क्षा के क्षांक्रमध्य हाममर ग्राप । हां छ क्षित्र । विषय हो हो। क्षफ्ट क्षित्राक प्राय कड़कितिकुर फिलांटागडम एंछि डाहास्पाक किएप्री किंग्या काह आह आह मान्यियां मंद्र हाह मान्य मक्ट एन्ट्रिज़हर ह (छिलाम तहाय नियस महास्त्री, व ग्वारहेरच्या उत्तम व में हाराज दोलतराव शिंदे ह्यांची प्रकृति इ. स. १८२६ च्या

होत्तन इंग्रजाविरुद्ध शख उचरुले नाहीं. एकंदरीत त्यांना हा बेळी जे वर्तन केरें, जेंच त्यांचे राच्य सुरक्षित राहण्यास काएण झालें. पेंडारी लेकांचे बंड मोडल्यापासून मध्य हिंदुस्थानांत चरीच शांतरा बेहारी लेकांचे बंड मोडल्यापासून मध्य हिंदुस्थानांत वार्यन दोलतराव हतर रीतीनंही पुष्कळ फायदे झालें. इं. सं. १८१८ पासून दोलतराव हिंदे हें इंग्रजसरकाराशी अस्तेत स्वेहभावाने वार्यन त्यांचे विश्वास् होंते वनलें. त्यासुळे इंग्रजसरकारही त्यांचा उत्तम प्रकारचा मान-मरातच ठेवीत असे. तालपंत्रे, इं. सं. १८१८ साली सर्वियोम सत्ता संस्थापित ह्यांनी मध्यहिंदुस्थानामध्ये कंपनी सरकारची सांवियोम सत्ता संस्थापित केर्यापासून इं. सं. १८२७ सालापंत्रेत, ह्याचे दोलतराव झिंदे ह्यांच्या क्रियापंत्रतेत, गवाल्हेर दरवारामध्ये ह्याणधासारस्या विशेष गोधी किंवा स्त्युपंत्रतेत, गवाल्हेर दरवारामध्ये ह्याणधासारस्या विशेष गोधी किंवा संस्यूपर्येत, गवाल्हेर दरवारामध्ये स्थाणधासारस्या विशेष गोधी किंवा संस्यूपर्येत, गवाल्हेर दरवारामध्ये साहाति.

हों। हे हाने निष्य प्रहाशित केला प्रमुख प्राप्त हों। नाम राहण क्रम हे मांशामिष " । प्रमुश एडिक र्राष्ट्रा मधाक असते. आसीवर तूते प्रसंग गुद्राला आहेच. आतो तुमचे ऐअये लिहि रेह राहे , हिम्स निर्मा होता हो। हो। स्ट्रा असत्या, तर वर्ष झाल मंबर्ग हैं नेपन हैं नेपन हैं नेपन हैं करने हैं करने विद्यास किहा व ने जगविष्यात होऊन गेले. त्यांने निरंजीय तुह्य असून, तिधिरुपांनी स्वामिसेवा एकानेष्ठपण करून, दिखीची बीजरी संवाहन क्मिट्टे' , कि ,रेकिशिया पर प्रम ने नागा मांज निष्ठ है , । अपन काराशी विधाद केला नाही. त्यामुळ वाजीराव पेशवे ह्यांचा त्यांचवर -मुस्टप्रं मिष्ठ हारिए हेस् होते अध्य हिस् मिष्टि । ांहों क्रालांची धामधूम झाली. त्या प्रमंगी हिं। हार नेहार दरवारांतत्या क्राहें। निवान ह । एं हे । वह शाखानंतर होककराना हंगा व वानी-निशिद्धे निर्माकिमाश्रमे त्रुष्टर व र्ठिवर जिल्लिक्किर्छर्गाञ्चारनाकिशिह क्ष्यं इन्हें मिंग्री क्ष्यं देश प्रमा विद्या है। हिल्ल में में से में में में में महाहें झाली. त्या वेळी मेजर मालकम हानी, पुनः दोलत्यावार्यावर् क्षाला. पुढे इ. स. १८१७ सली पेंडारी कोन्सी व इंग्रचाची मिक मिन्डिं ह मिथि कितिष्टार क्षेम्राध्य . किक कूण्रीह झिन्म लिम्पाल किम मम मिर्मल ह ,काइ प्रकिशही प्राइक्रमधं फ्रिक्नक र्रुपाफ .र्जागिक हो। महाक मांगकनाम कफट हिंगिगीइस ह नारा एवंडेन नंड, तर इंश्वसरकाराकद्वन मिळणार वेनशन मांहार्राज्ञ रह्माछ . । आह्र । मार्म होश हे । हो छे । निति। त्रश्रीवृष्ट क्रम्य मात्राय म्यूम् वाद्यमिष्ट वन्ते मांबाद्री . अहं हा क्या मुखाने ता. २७ कु है. स. १८०९ साठी वय केता. पणाचे वतन केल्यामुळ त्यांचा आनंद्राय नामक सरदाराने व मानाची

ते सबोस अधिय झाले होते. त्यांनी ढोलत्याबाच्या द्रवारात अर्याबी-व शिपाइंगिरी हे दोन चांगले गुण होते. पर्तु त्यांच्या इतर हुगुणांमुळ जीय गिर्ध फिलाएं , ति है कि में न सार में में में प्राप्ति होते. केल होत. परंतु पुनः त्यांनी दोलतरावांची मजी संपादन करून मिक मुप्रांकश्महीम किति।प्राध्रक सांका णिमपाइत एटकाम २०>१ सरदार होते. सर्जेशव बारने हे इंधनांच्या विरुद्ध असल्यामुळ जायू शिंहे, देववा काळ, जगु बापू, अंवाजी इंगळ वर्गेर नामांकित मराहे जानवचीस, सवाह शिकंदर, पेरन वर्गेर केंच नेमानत होते. स्वाचममाण राजधानी झाली. दोलतराव शिंहे हांचे पद्री मेन्य पुष्क असून हिमिहा है, स. १८१० साली "उत्कर" है गांव वसले. होन पुढे शिवांची उत्तर हिंडुस्थानांत ग्वाब्हेर थेथे आपल्या सैन्याचा तळ दिला होता. इंग्रजांच्या विरुद्ध कथीही शक्ष उचलले नाहीं. त्यांनी १८०५ नंतर स्पष्ट हिसून येते. हा तह झात्यानंतर दोलतराव शिंदे होनी उधडपणान मह निमिह बार्न महारम्य इयज मुख्यह्यां पूर्ण विदित झाले असावें अस बांस कंपनीसरकारांतून स्वतंत्र जहागीर हेण्यांत आले. स्यावरून बायजा-ह्यामुद्राममिन । एन्स निांक व ह्यामुद्रामाहान ग्रामप्रामक । छ

करून कपनी सरकारास फायदा झाला; व महाराज अलिज्याबहादर -रिंत : जिहीरठ इड्र किडिंग रुग्हें निरिंग के निर्माधन । निर्माधन । निर्माधन । —:र्तिष्ठ रुक् रुखाड़ मरुक रुडिए धिमाइत ।एरुर्क प्रहीनि प्रव निगंध ना, किंवा दोलतराव शिवांच्या प्रिय पत्नी ह्यणून ह्यणा, इंयज मुत्स-असे मानण्यास जागा आहे. ह्या त्यांच्या तेजिलितेचा परिणाम हमणून -ज्ञाम क्यानिकी, हैं समजण्यास मार्ग नाहीं. तथानि वेत्रस्त साहे-संयाम झाला; त्यामध्ये वायजावाई साहेबांनों प्रत्यक्ष रणभूमीवर किती -एए कि मिंह हो हो हो हो हो हो हो है है। है है। है है। है है। मुंछि मक्काम प्रहम ह किरुकि कप्रनष्ट निगान्धे हाथडू हांन हांक असार केंक्णे वीरे शिपाइमिरीन्या गोधीमध्ये त्यातरवेन असत. त्यामुळ स्पिधिकारीबरोबर स्वतः जात असत. घोड्यावर बसुर्जे, बंदूक मार्र्णे, असतः व लांच्या सर्व राजकारणामध्ये लांचा प्रवेश असे. त्या लांच्या विश्वाद्यी तम झाल्यानंतर, त्या नेहमी त्यांच्या तरकरावरीवर त्यां भिष्ठ वातरुं होते. ते बायजाबाह संबंधाने होय. बायजाबाह बांने दोरुतराव का तहामध्ये मालकम साहेबांनी आणखी एक महत्त्वाच कलम

मांक मकलाम प्रस्त क्षम रूपाल र्णामरनिकृषु निग्न किन्न करान स्थि ।छ —:र्तिक रुहीरुक्ष

"I would esserifiee Gwalior or every frontier of India tentimes over, in order to preserve our credit for serupulous good faith, and the advantages and honour we gained by the late war and the peace; and we must not fritter them away in arguments drawn from overstrained principles of the laws of nations, which are not understood in this country. What brought me through many difficulties in the war, and the negotiations of peace? The British good faith, and nothing else."

Malcolm's life by Kaye Vol. I Page 269.

मुद्रामध्ये देवील मराख्यांनी आपला असाच पराक्रम दाखिला. परंतु लाचा उपशेग झाला नाहीं. तेव्हां अचेर, ता० ३० हिसेंबर इ. स. १८०३ रोजी, मुजीअंजनगांव येथे, दोलतराव शिंदं खांचे वक्षाल विठ्ठल महादेव, मुनशी कवलनयन, यश्चंतराव चोरपडे आणि नारो हरी खांनी जनरल आर्थर वेलच्ला खांच्याशी तह ठरविला. खा तहांचे हिंखांच्या ताच्यांतील बराच प्रांत इंयजांकडे गेला; व त्यांचे पुष्कि विश्वांच्या ताच्यांतील बराच प्रांत इंयजांकडे गेला; व त्यांचे पुष्कि स्वांच्य नष्ट झाले. इंयजांचा रेमिडंट शिंखांच्या द्रांवारी प्रविट झाला; व इंयजांची कांहीं कींच शिंखांच्या मद्तीकरितां त्यांच्या सरहृद्दीवर वेक्रन द्राखत झाले.

सुजीजेननगांवना तह झाल्यानंतर पुनः इंग्रजीचा न शियांचा कोधे दिवस विघाड झाला. दीलतारावांनी यदावंतराव होळकर व रचुनी मोस्ठे स्रांस सामीळ होजन पुनः इंग्रजांविरुद्ध ठडण्याचा प्रयंत केला. परंतु तो निफक्त होजन अखेर त्यांस मेजर मालकम स्रांच्या वरोवर ता. २२ नोव्हेंचर इ. स. १८०५ रोजी तह करणे प्राप्त साठें. सा तहामच्ये विद्यंकरून पूर्वांच्या तहांतीछ अठी मान्य करून झाठें. सा तहामच्ये विद्यंकरून पूर्वांच्या तहांती अवाव्हेर व गोहद् प्रांत कीचत् फेरफार केले होते. पूर्वांच्या तहांती नेप्रांत देग्याचा ठराव होताः परंतु सा तहनाऱ्याने ते प्रांत शिखांच्या आप्रहा-रेण्याचा ठराव होताः परंतु सा तहनाऱ्याचा पुष्कळ वाद-त्तव त्यांस परत होते. स्था प्रांतहरू इंग्रच सुत्पहचांचा पुष्कळ वाद-विवार होऊन, अखेर इंग्रचांचा नांवलोक्क रक्षण करण्याकरितां ते ल्यांस परत खावे अमें ठेरलें.

য়েল ইয়েল মুন্দু হুলের তিরুপ্ত ক্রান্চ নাম সাম দুন্দুর ইয়ালাবার জিলালার ক্রান্তর প্রান্তর প্রান্ত প্রান্ত প্রান্ত প্রান্ত প্রান্ত প্রান

चालून गेले. त्यामुळे बाजीराव पशेले हे भयभीत होऊन इंग्रजांकड पळ्न गेले. व्यामुळे वाजीराव पशेले हे भयभीत होऊन १८०२ पळून गेले, व त्यांनी वसई मुक्कामी ता. ३१ दिसंबर इ. स. १८०२ रोजी इंग्रजांशी तह करून त्यांने सच्य संपादन केले. वसहेचा तह हा इतिहासांत प्रमिद्ध आहे. हाच तह परकीय सनेचा मराज्यांच्या द्र-वारांत पूर्ण प्रवेश होण्यास कारण झाला.

रुधिर्ध देमाथ एवां हा किरेरह रामह नहां है। रही से हार मां मारवाक मिनीर फिनाइमित होंप .रिनीनार होहि रिपास नायनी रिपास लढलों नसतों, तर खनित आमना परानय झाला असता !'' ह्यापमाण हुए एक्टील ह उत्हम पाइतील क्षिक्ष विद्याप्त ह हुई इन्हें हैं ज़िक केनेळ राशुसायमाणें हाणा, किंदा योद्धापमाणें हाणा, पण फार क्रिम हारा होने होए हैं हो है है। अपने हो है है। अपने स्वार्थ है। लिक एतंद्रए प्राय प्राय किएनछियति व क्रिएनर्फे रुकिकाश्रप एटनांछाड़ी निमा कर डॉक ,ानांत्रहीली तांत्र हा हवा कर होता है। कि हो कि हो हो हो हो है। क्षांचे अहितीय शीय ज्यक्त झाले. ता० २ दिसंबर इ. स. १८०३ असिह, अहीगह, वर्गेरे ठिकाणी फार तुमुल युद्ध झाली; व उभयप-(छिड़ी, गिमिहाल नांत्र अल्ला. त्यांत लासवारी, हिंही, एकर्र एक रुश होते. इंग्रजांचे मेन्य एकंट्र ५०००० असून मक्रमी हाइंडिंगि ह छड़िए। ०००० इ ह प्राष्ट्रकी ००००० हन्हें उद्गान त्यांने व इंयवाने युद्ध सुल झाल. ह्या युद्धानध्यं मराख्यांन सस्य करण्यास मान्य होइनात. तेव्हां त्यांची सत्ता कमी करावी ह्या नाहीं. त्यामुळे ते त्या तहायमाणे बाजीरावांस सामील होक्त इंभजांशी इलित्राध हिंद, रमुजी मोसर व यश्वंतराय होळकर हाड़ी माग्रहाई ि रुप्ताफाम ।गाएउक यह फ़्लांक मांकापम ।इ इत । हर्डमह

[ि] सराक्षांनी आपकी पूर्वीयी युद्धपद्वति सीह्रमास्थ पद्वीत स्वीकारिह । महिमास्य पद्वीत स्वीकारिह । महिमास्य प्राप्त हाला । वाल्यां वाल्

[&]quot;Sir, the danger you allude to, in the progress the Marathas are making in the art of casting cannon, in the use and practice of artillery, and in the discipline of their armies is imaginary. The Marathas can never be formidable to us in the field on the principles of an European army. They are pursuing a scheme in which they can never succeed, and by doing so they detach themselves from their own plan of warfare, on which alone, if they acted wisely, they would place dependence."

णमाभ है मिले होंद्री हार्फ़िका हैं अल्ला है सामि है भाषण निकार किए अला वृद्धी मिनिम हिंह निकार लाख : जिल घर जाऊन, त्याऐनजी कापडाची घर हाणजे तंबू डर वगेर अस्तित्वांत हिम्हाम एनाम्हा है है इड्डू हु है होन स्तर होने वाजन मार्थ है गारु प्रमान्वीय सहिता हाणाइ .किंद्र रिक् रेप्ट रिमाश प्रहिश अमिन्या वाडवडिलानों मराठी राज्य स्थापन कल, त्यांनी घोड्याच्या इस्वारामध्ये त्यांची कानउघाडणी केहा. त्यांनी सांगितरुं की, ''च्या निश्चय केला. त्या वेळी गोपाळरावभाक नामक एका जुन्या सरदाराने भर नांत जातांच, प्रथम उज्जनी एथे आपली रोलजंग छावणी बांचण्याचा अशी एक गीर प्रसिद्ध आहे की, होलतराव शिहे हानी उत्तर हिंदुसा-नामन्त्र असे. हीय प्रश्नि त्यांच्या नाशास काएण झालो. ह्या संबंधान इकांछ । हाए हे बाह ह लाइमाड लाष्ट्रिय पहिले हिगंछ , हाए हारह असल्यामुळ, जुन्या लोकांचे अनुभवही केव्हां केव्हां त्यांना अभिय बाचून गलेतर नव्हते. परंतु त्यांस तारूण्याची उमेह व अभिमान विशेष निराज्या अधिकान्यांवर अवलेब्न राहून, त्यांच्या तंत्राने चारुण्या-जनसा कशी करावी हानें विशेष ज्ञान नव्हते. त्यामुळ त्यांना निर-मिएन में मिल भी से मिल मिल में मिल मिल में मिल से स्वासिक है क्रिया होंद्रे होंसे कालपणापासून कव्करी शिक्षण नसत्यामुळ

प्राप्त होकत विकडे सिकडे आनंदोआनंद झाला. बापमणं बायजाबाईसाहेंब ह्या घारग्यांच्या कुलांतून शिंबांच्या कुलांत नेष्या; व इतिहासांत 'बायजाबाईसाहेब शिंदे' ह्या नांबानें प्रसिद्ध झाल्या.

हाह समारास महाहजी जिलांच्या वायका होतान्या मामस माह रहे। विक्रित होत्रका, त्यांनी शिखांच्या प्रांतांत दंगा चालिका; व किक्ट उत्तर हिंदुस्थानांतिही वरीच गडवड उडाकी. तेव्हां होलतराय द्यांस आपल्या प्रांताचा बंदोबस्त करण्याकितां तिकडे जाणे भाग पडले.

िमार्क्स एटनांक थिए । एक्ट क्षांनाम हुं । उत्तर हां हो । उत्तरिक क्षित्र । क्षित्र ।

हं पिडाह हार्में साहज सिडीस नेगार हार्म हं किया वहार हार्म हं के किया साहजास सिडीस के के हमान के किया सिक्या सिक्या सिक्या सिक्या के किया के किया है किया है किया है किया के किया सिक्या सिक्या सिक्या के किया है किया है किया के किया कि किया के किय

वाजीराव गर्नु असर्वामुळ त्यांनी ह्या सव अरा मान्य केरवा. मंतर सर्जेशव घारमे हांनी वाजीरावांची प्रकृति नादुरत्त असर्वाचं होंग करून, हिंदुस्थानांत जाण्याचा वेत रहित केरा; व प्रवस् सर्वेन होंग करून, हिंदुस्थानांत जाण्याचा वेत रहित केरा; व प्रवस्त सर्वेन कोरो, केराव गोविंदाचे पिंपळगांवी, मुक्काम केरा, त्यांची सर्वेन्दां घारमे ह्यांची होंठतस्य शिंद ह्यांच सर्वे गोध केर्युक्त आप्त हों-वाचा सर्वेम ह्यांची होंठतस्य शिंद ह्यांचा हे स्वांचा वे ह्यांचा स्वांचा स्वांचा होंचिंग हे साह्या व्यांचा वेत्यांचे अश्वांचा केर्युक्त आप्त होंचा स्वांचा होंचा होंचा होंचा होंचा होंचा होंचा सर्वेम सर्वे मान्य करून, वाजीरावांच पंत्रवाहंचे पद प्राप्त करून ह्यांचा सर्वेस स्वांच घारमे होंच्या हांचारावांचा उपयोग कर्या मान्यांचा हेंच्यांचा चांचा कर्यांचांचा होंचा होंचा होंचा हांचा होंचा होंच

दोलतरात्र शिंह बाजीराबांस अनुकूल झाल्यात्तर त्यांनी बाळीबा तात्यांस केंद्र केंछे; व बाजीराबांस परत बोलाविले. नाना फडनवीस हांची मसल्त ह्या राजकारणांत होतीच. त्यासुळे त्यांनी बाजीराबांस गादीवर वसविण्याची संधि साबून, त्यांच्याकडून दिवाणीगीतीची वस्ने मिळविण्याचा यत चालविला होता. त्याप्रमाणे त्यांनी बाजीराबाशी करार मदार करून, त्यांस सातारचे छत्रपतीकडून पेशवाहेची वस्ने ता० ४ दिसेंबर इ.स.१७९६ रोजी आणून दिले. ह्याप्रमाणे पेशब्यांच्या ता० ४ दिसेंबर इ.स.१७९६ रोजी आणून दिले. ह्याप्रमाणे पेशब्यांच्या

वानीरावांस गादी मिळात्यांतर ते नाना फडनवीस व दोलतरात शिंदे ह्यांच्या शोनकीने पाणी फिंक लागरे. परंतु ते चंक्युनि व कपर-बुद्ध असत्यासुक त्यांचे व नानांचे लवकरच वांकडे आले, व त्यांनी तंत्रांचे दोलतराव ह्यांच्या नासांतून सुक्त होण्याचा प्रयत्न चलिनेता.

वालिले होती की, बाळोवा ताष्मांस केंद्र करून बाजीरावांस पेश्वाह्ंची गादी बाबी; ह्यणंत्रे वाजीरावांकड्डन तुह्यांस अहमदनगरचा किह्या व पासी राममाऊ परवर्धनांची जहागीर मिद्दन १० लक्षांचा प्रांत वक्षीस मिळेल. परंतु ह्यांत ल्यांस यश आले नाहीं. वाजीरावां व नाना ह्यांच्या गुस मस्तती बाळोवा तालांस समज्ञ, त्यांनी बाजीरावांस केंद्र करून हिंदु-स्थानांत पाटिवण्याची तजवीज केली; व ते काम सजेरांव घाटमे ह्यांस स्थानांत पाटिवण्याची तजवीज केली; व ते काम सजेरांव घाटमे ह्यांस संभीनलें. त्याप्रमाणें त्यांनी बाजीरावांस केंद्र करून उत्तर हिंदुरथानांत सभीन्यांचे कूच केलें. ह्या प्रवासायच्ये बाजीरावांस एक युक्ति सचली; व अखेर तीच त्यांस फटदायक झाली.

.हिनाजीसे सर्नेशवास देववादी. मिए (इ) अपूर्ण राज्यास्य अन्यास्य हे ज्यास्य (ह) (२) घारमशंची कागरू येथीरु पुरातन जहागीर सजैरावांस धावी; हि। मांग्राप्रकार्य के निक्र मांग्रा मांग्राप्त क्षेत्र के के कि मांग्राप्त का कि महोक्षा हेतला. ला वेणप्रमाणः—(१) नानारावांच नहाला । न्ति म्ड्रकांशाभिष मिष्ठ ह हिए सिश्रिक छ ई रिश्र मानीरथ व महत्त्वाकांक्षा मिद्धीस जातील अस वार्त, पुढ सर्जारा किने केतरे. परंतु वाजीराव हे महाराष्ट्रप्य झाल्यानंतर आपके किने कदन्या मिलि, निर्मान में मध्य है , विषय में न वार्त मारा के -गृड्रेण्क भिन्छ, अपिली घारम्बाच्या उच कुलांतील मुलगी कण्हर-मिंछ ऊप्राष्ट्रिक बिरान महिल्या कार नतुर व गोह असलामु हो हो हो। शामिष उत्तम आहे असे मनांत आण्न, लांनी सर्वेशव घारने ह्यांचपाशी हैं, मारण्हे मत्रक ककुरुध मांब इंद्रों हागत हो बेहन ने ने वास हैं, श्री है हार लाइ कमार मम मांड होंदी मार्रिकाई राम्सी समूर तित्रीम किर्रूक एत्रस्स एन्नां एंडाह कार्मेस सांछ कार्रीवाव

.र्जिन मिडित माक उड़ रुपाध घारने ही होन. नाना व बाजीराव हानी संजेराबाचा उपयोग करून हार्मित कि हिलार इंपू क्तीरन कि माधणात प्राह्म मांक्र मिक एड निक् के के विषय सिंहा अनुकूष कर्न के वार्ष स्था सिंहा । त्राह शिखांच्या महतीची अपेक्षा करणं भाग पडल. त्यापमाणं उभय--नाइ हिमारिका अन्यस्य स्वतः ह्या स्वतः व्याक्षिक्ष विद्याल । कि रुड़ि नेचान एट डिएम रिपाल सिंहिमिनड्स मिन असी -ज़िल मक क्रियान क अनुकुर कर्न के वान कि कि कि कि कि मार् लांनी, उनाह मुह स्था हातून आपत काये चिद्धीय जाहेल असे बार, त्यांच किएए । जाए के के कि सिक्रिसी कि है । इसके प्रवेशी । जांक है। नद्रमाध म प्राम्ही । माम्यतम्माध । मांमाम । इ ए। छ । ए। प्राप्त क्रित गाहीवर वसविण्याचा निश्चय केला. इकड शिवाच दिवाण क्रम म्ह्रांष्ट्रिय माछ नक्षेत्र एमाध ह र्क्नील हमू ध्काद्या -ফিচে , দুয়েতাচ চ্যিদি টিংচ , ভঙ্গী স্থাদি ক দুন্দ উদাধ চ চক্রিদা जातंच, स्वांनी, शिंखांच्या रुक्तरी सामध्योमुळ बाजीरावांम गादी -मम मांभविन्छत । नान मिताव दि । लविला मध्य । नाम स्मारणविद्यां ज़िग ए:तम वर्ष देग्या मास करून, क्षांक मार विषय हो क्ष्यान् व प्रवल असल्यामुळ, त्यांस चार लक्ष रूपयांचा पांत व नाहिवर वसिक. इकड़ वाजीराव हांनी, दोलतराव शिंदे हे साम-माछ म्द्र क्रम् भ्राहिश में होशाहरिक माणशिशमही निम् मांडीवर द्वक पुत्र देऊन लास पेशवाह्न अधिकार बाबा. लापमाणं माध द्वामाद्वाप्त किए । प्रमाध माधवराम द्वाम ०र्क , कि रुवाणाह

मांक्ष होते। वाप्रतर्का हत्याम मांक्ष रिडाय वार्ग्सिए मिंग्रिशीनकर गानान विव्यव्या

भाग है श.

.ईिक्पाक निांक शंही नाप्रतर्शि

नाह माथवराव पेशवे ह इ. स. १७९५ साली सृत्यु पावला-स्तार पूर्ण येथील पेशब्यांच्या गाहीविषधी तंटा उसव झाला. माज परवर्षन वंगेरे मंडळीने राघोबाहाहांने पुत्र बाजीराव झांस गाही साळ परवर्षन वंगेरे मंडळीने राघोबाहाहांने पुत्र बाजीराव झांस गाही

कार्रथान घडवून आणण्यास कारणीभूत झाल. न्हार क्य लितिष्रागद्रम लिइ है एल हैं। हो हाहास्प्राह गिमप्राफ प्रमेग उयाप्रमाणं मोठमोठी रानकार्रथानं घडनिण्यास कारणीयुत झाल, मारुक एक्निविष्यकार इसिक्सिक श्रीक्रिड शिमकृशणकु रुतिनाथर Decean) अशी संज्ञा दिली आहे. ती अगदी यथाथे आहे. राज-किन्नेक इतिहासकारामें दक्षिणाची मोहर्मेकतिका' (Beauty of the लेह्य होऊन तिला वरण्यास उत्सुक झाल. नायमानाई थिंदे ह्यांस र्जाएकींस १४०ती राइरस रुर्ग वर्ष वर्ष कार्य हरासांब्रोडी वारतर्राह व हिरुसम विभागहरूस ग्रंथ ग्रंथ किताशाग्रहम हिरिक किसा कसालसङ क्रिक मान एए किंदि है विश्वामध्ये है अपन क्रम्पेस इ होहामपा वसण्यांत पराह्त अशी नियमकी होती. बायजाबाइ ह भुहें अशा प्रकारन्या परिभिनीत वाहलामुळे सुहढ, सशक्त, घाडशी, हिं . हिंत होह साह माराम साराम साह है। हैं। धुष्टं मिल ह ड्रावासपाव है , तज्जार कर्राज्ञाप र्णाज्ञ गत्रमंत्र में प्रव नंत्रम । अशा प्रकारन्या प्रमिश्नीमिष्ट सरहारन्या मुखान नाने कर, आणि प्रसंगविशेषी प्राप्त होणार् शिलेहारी पेशाचे मुखपथे-नाम क्रीमान्य कंत्रमान्य पंत्रायवंदा अनुभवके वोक्यावरीक प्रवा-क्षायनाहर्षे वाळपण राजवाब्यातील राजलक्ष्मीच बहुनिय विरास रित , रिवार का हो है। हिस्सि है । ए - यह । यह विश्व हो । प्रम होते, एवढ सांगण्यास हरकत नाही. सखारामराच घाटगे ह्यांच्या उहानपणी फार बाळसेदार व दखणी असून, तिजवर सुंद्राबाइचे फार कि भीष्टित उपलब्ध नसस्यामुळ कि इंता वेत नाही. तथाभि ती नाइ ह्यांचा जन्म इ. स. १७८४ माली झाला. बायजाबाइन्या बाळ-

.िमिड्र मलाम महिमाइिकाक ाष्ट्रना हागडम रुप्रा नेर होंगागिय निष्ट र्राताम ि कि कि हो निर्व ००५१ मुक्ति वाज्याय प्रतान क्ष्म क्ष्म क्ष्म क्ष्म वाज्या वाज्या होम .र्रंडी हन्यन नायन निवास रंपर प्राप्त हान हान स्ट्रेस निवास नायन करना किहं एज रजनपरकार महाराष्ट्रांचे सावेभोमप्रभु वनतः, ला वेळी क्ति हिम्हिद्धे ह रिकास म्ड्रेड हींक्रिस्टार हिंग्माश्राप्रहम रिकास ১१১१ जयगमराव हांजकडे इ. स. १८१८ पर्येत चालत होता. पुढें इ. स. सुंह मिंफ ह इक्सांक पि . एड़ी मान्ड्र होग हिं होंन सिंफ महाप हेरिह में मिंग्डिसियासिया रहेत हे महेर महेर मांग्राय हरवारा है से स्टेस म्रांक्र णिष्ट रॅंकिगिणार मार्वण म्लक गणामा मांक्र निग्र विद्रि हामिहाइ ड्रिय . । छहीरुमि कक्कि माम हामाहरू । एटोएड्सि ह , लिक् डिन्ह डिमाकाप्र कर्नछ निर्मेश हिंते . र्रा इकाष्ट्रां इकप्रुगान नेति बाजीराव पारणकर हे एक होत. पुणंडरवारांत ह्यांच्या शेर्थ-नेमिलेता लेपले नाऊन महाराष्ट्रमंडळाचा नाश झाला. अशा पुरुषां-ह हम्हें हांखाप्रम छसाछ . रहार्र मृष्टी निप्रमाश्वाहाङ गिरी नुराश क्षार, व जिकड़ अवकाश मिळल तिकड़ आपकी शिपाइ-

वानीराव पारणकर हांस सुंदराबाई कर्न नानीसाहेव नामक एक क्या होती. ती कागल्ये नहागीरदार सखारामराव घारमे सर्जे-राव हांस हिली होती. ही बाई फार साध्ये व सुशिल असे. हिन्या राव हांस हिली होती. ही बाई कार्यनाबाई अशी दोन अपरये झाली. पोटी सर्जेराव हांस चयसिंगराव व वायनाबाई अशी दोन अपरये झाली.

१. मेजर जी. मालकम कोव्हापुरने अभिराग पीलिस्क सुपरिटेंडर खांती. ताठ इ जुलै इ. स. १८५४ साली सरकारास कोव्हापुर प्रांतांतील जहाति. रीवहल जो रिपोर्ट केला आहे, खांत जयसिंगरान बाबासाहेब छांचे वय ७५ वर्षीचे दिले आहे. खावरून हा सन सिद्ध होती.

. तड़ार गड़रम निप्तिष इस ते फ़िक्माडम एरजांगड़रम लितिएंश्रेड ह हुं। भाय भाषा अधारी हिन्दि है। है। है। है। अहि. वेषे त्यांचा पूरीचा जुना वाहा वगेरे असून तेथील इनामहार हिकि निक्रिम । एमकि प्रशिष्ति १९ एफिक्रमें निक्निम है ,म्प्रस हुं एउाप एकिटी नारुवुर मांह , साह प्राप्त होन है प्रकाण्डाप मांह मुप्तामान देश काण्या है हैं। नीई क्रमुख़ है जारणास राहूं हाण्याम स्म क्ताम मिलाही होना. लांच्या पर्वांने पृष्टी होनाव सालुं हे असून, मीगड्रह द्रिमुफ़्डिंसक एडाप किंग्निंग ७ अिंग्रेड्सिएडाप ह हानकी हि रहाड्रहार्स्स भाक्त स्थानक हिम्माहर उन्हेह हाए। सम्बद्धार् महाराष्ट्राच्या इतिहासांत प्रसिद्ध आहे. खांनी राजाराम महाराजांच्य होन के प्रकापराप काप्रतमाण्ड . जिंहान नहिष्य केप्रियक प्रशिक्ष लड़किनिलिक् ।हर्का लड़काण्याधान्याधान्य किया कुकीमतेबहल इंहम ति इस वर्ष क्रम लिविष्या हा कि विश्व हर्म हिन हो हरेक एक्षर में हो। हरायुर व क्या हो। हरायुर के क्या हो। हरे णाधः किनिष्ठाइ मत्रक मिनि मिनामाध्याद्य हुपूष णाधः (नितमप्रहं करून, ज्यांनी आपखा अलेकिक शोपांची, अचार साहसाची, अतम्य

सवाह माथवराव हांच्या चृत्युंतर, पेरान्यार गाहीवर कोणास मंत्रहं माथवराव हांच्या चृत्युंतर, पेरान्यार गाहीवर कांच्या वांचांच्य स्थां हों हांचें मेंचें हांचें हांचें हांचें स्थांचें के पर्यार प्रांचें के वांचें हांचें हांचें हांचें का क्ष्में मांचें प्रचांचें वांचें हांचें हांचें माया प्रांचें हें आपसा माया प्रांचें हें आपसा माया प्रांचें हें आपसा माया प्रांचें हें आपसा माया प्रांचें हांचें हांचें हांचें हांचें हांचें हांचें माया प्रांचें हांचें हांचें हांचें हांचें हांचें हांचें हांचें हांचें माया प्रांचें हांचें स्थापसाचें मेंचें वांचें हांचें हांचे

सहारामराव होने परगुरामभाक परवधनोवरीकर पुण्यास वार्सवाः सम्बद्ध तारक क्षेत्र केंग्रे पूर्ण केंग्रिस प्रक्ष केंग्रिक केंग्रे केंग्रे केंग्रे केंग्रे केंग्रे केंग्रे केंग्रे केंग्रे केंग्रिक कें

अशा रीतीने सखारामराव ह्यांचा पुणे द्रवारांत प्रवेश झाला. सखारामराव घाटमे पुण्यास आखानंतर लवकरच सवाई माघवराव पेशवे हे सुखु पावले; व पुणे द्रवारांत गोंभळ होऊन, पेशवाइंच्य

प्रावे हे सुख पावले; व पुणे द्रवारांत गांभक होकत, पेरावाह्य प्रावे हे सुख पावले; व पुणे द्रवारांत गांभक होकत, पादावादांती शिंदे ह्यांते गांदीविषधीं तेरे बखे हे सुल ह्यांते होते स्वतंत पर द्वाताभाष पर द्वाताभाष होते होत्ते अखेर वाचीराव पेरावे हांचे वर्षेत ह्यांते होत्राभ संविधारांत प्रवारामराव वाद्ये पेरावाहिंग गांदी मिकाली. ह्या सुने राचकारणांत सुखारामराव घारने देशवाहें मिकाली. ह्यां ह्याणयास हरकत नाही.

,रिद्वीर नहास मिरिक्ति पिड्रे वहाँ निक्री साममाकुरि उत्पन्न झाला. त्या वेळी सखारामराय हे इंपेस पेरून, कागलाहून निष्युन मुळे यशवंतराव व त्यांचे चुरुत वंधु सखारामराव ह्यांच्यामध्य तेटा नावर बारम्यांच्या घराण्याचा चांगला परामचे होइनासा झाला. त्या-यश्वतराव ह्यांस स्थापीलये इनाम हिल होते. तथापि तेवत्या उत्प-होंग उद्घर कर िमंदर है हिडि होड्या एनिहेर छ । एने हिन्द होती. त्या वेळी ह्या घराण्याकड कागलची जहागीर चालत नसून, ती िही द्वि हड़ीएड्राहरू।स्राप्त हांबि हाग्राड्रम हि।इडी तिमहरू साठी हा। वराणयातील यश्वतरात नामक एका पुरुषास कोव्हापुरन घराणे कोल्हापूर मांती बर्ने प्रसिद्ध असाव असे दिसते. इ. स.१७९२ लची माहिती अधापि उपलब्ध झाली नाहीं. तथापि हें जुने व थोर राज्यामध्ये कागलकर घाटग्यांनी काय काय प्राक्त गाजवित, ह्यावह-हारम ,काल मार्क्ट मिर्निहेन्या अल्रीस उद्यास आहे. मराठी लिगाराव व रामचंद्रराव असे होत मुरु मेर होर्गहों वयसिंगराव - श्र श्रांतराव असे मंत्र होते. त्यांपेंदी तुळवातीराव ह्यांस त्रय-मिराजीराव हांस राणीजीराव, बिरोजीराव, आबाजीराव, तुळजाजीराव पिराचीराव ह्या पुरुषांनी कागल जहागिरीचा उपभोग घेतला. दुसरे पश्चात् आवानीराव, विठीनीराव, महादानीराव, विठीनीराव आणि दुसर शाहीमध्ये प्रख्यात पुरुष होते असे मानण्यास हरकत नाही. त्यांच्या न्त्राचा उद्धेख सांप्रदाो. त्यावस्त्र पिरानीराव हे विज्ञापुरच्या बाह-नाकम मानड़ होए। ।७३ ठांतांछ ह ।।गारु छागक हड़कार्रहों कमान र्धिम आदिकशार्ध (६० स० ४८८०-४६८६) बान्त्रा सेक्यान महमद नार बंशावकी मिकते. पिराजीराव हांस विजापुरचा वाद्शाह दुसरा इता-मानजी वंशज पिराजीराव घारणे ह्यांच्यापासून ह्या घराण्याची संगत-भानजी घारने हांचे संबंधाची विश्वसनीय माहिती उपलब्ध नाही.

रेशमुख भानजी चारगे हांस, शिवाजी महाराजांने वहील शहर मिला के के के जा आहे. भाम के साम के साम

pur on one of the chief's ancestors who in fair fight defeate and slew Dudha Sarjérao, a Rajput leader sent by Aurangzi to over-throw the Bijapur dynasty. Bhanji, the Chief of K. gal's ancester as before stated, slew this adversary and wreste the Sarja, head-ornament or crest, from his turban and carrie it to the King, who was so pleased with the exploit that I presented the creat to Bhanji, and gave him the title of Sarj raso."—Page 52.

१ मेजर ब्राह्मम हान्या "Statistical Report on the Principality । Kolhapur" नामक उत्कृष माहितीने भरकेर्या यंथामध्ये जो उद्धेख आहे, तो थें! प्रमाणेः—

"Bhanjee Ghatgay, Deshmuk of Kagal, who was in the service of Shahajee, the father of Shivajee, the founder of the forces of the Niza. Alaratha empire, having encountered the forces of the Niza. Shahee Government, defeated Doodha Surjerao Rajput, at seized his horse and Surja (the creat of the horse), Shahaji accordingly conferred on him the title of Surjerao."—Page 30.

भाग २ सास

.हांक्टुरुकु ामांछ हांडी ड्रावाचलक्छ्यांत.

पड़ाह हारमाराह मांचे संस्था वाहराह निहास सामाराह सामा

"The title of Sarjerao was conferred by an Emperor of Bija-

१ 'Representative men of the Bombay Presidency" क्षा पुरतका मध्ये कागल ने वार्ष शाखे जहागीरदार शीमंत पिरावीराव वार्षमाहेव ह्यांच्या दाशवाचा अहपसाहे ह्यांच्या स्थावाचा अहपसाहे ह्यांच्या हिला आहे. त्यांच ''सर्वेराव' हे पर विज्ञा-पुरच्या वादशाहाकडून मिस्रार्ड असा स्पष्ट चहुत आहे:—

महाद्वी शिंदे शांस औरस पुत्र एकही नसून एक बाठावाइ नामक कन्मा होती. त्यांचा सख्खा भाक तुकानी हा पानिपतचे उढा-नामक कन्मा होती. त्यांचा सख्खा भाक तुकानी हा जानंद्र्या असे तीन पुत्र सुसु पावला. त्यांचे कंद्र्यावावर पाटीलवावांची कार यीति होती. पुत्र होते. त्यांचें आनंद्र्यावावर पाटीलवावांची कार होति होती. तेव्हां नाना फटनवीस व तुकानी होळकर शांनी, पाटीलवावांच्या यहील वायकोच्या मांडीवर त्यास द्वक दिले; व त्यांचें दोलतराव असे नामा-वायकोच्या संहाद्वी शिंबांच्या संहादातीची व असि-काचा तिसेने रोजी, विकाद्यताव पेश्वपांची शांस, छ० १० सच्चा अावो तिसेने रोजी, विकारप्रतालकीची व आमिरकर-उमराईची नायब-आवा तिसेने रोजी, विकारप्रतालकीची व आमिरकर-उमराईची नायब-आवा तिसेने रोजी, विकारप्रतालकीची व आमिरकर-उमराईची नायब-

''ड्योतिसक्प चरणी तत्पर । महादजीसुत होठताः।।।

अशेर होती. हेन महाराज होलतराव शिंहे हे आमच्या चरित्रमाथिका शीमती महाराणी वायजावाह्याहेव हाने अतार होत. हांचे वय र्जावयान-समयो अवधे १४ वर्षों होते. हांची कारकोह व विवाह्यतात निराज्या भागांत सार्र करणे अवश्य आहे.

९ वा० १० मे इ. स. १७९४ रोज शनिवार.

spear which Mahratta influence could have collected from Poona, from Indur, from Baroda, and from Nagpur. The final result might not have been altered, but it would still have hung longer in the balance, and at least the great problem of a contest between an united India and the English would have been fairly fought out. As it was his death settled it. Thenceforth a sinister result became a question only of time."

The Native States of India 145.

१ सनेल म्यालेसन झांनी महारमी हिंहे झांच्या प्रस्वर्ल लिहितान। ब उद्गर काहिले आहेत, ने वाचव्यासारले आहेत. ते लिहितात:—

[&]quot;By the death of Madhaji Sindhia the Mahrattas lost their ablest warrior and their most farseeing statesman. In his life he had had two main objects: the one to found a kingdom, the other to prepare for the contest for empire with the English. In both, it may be said, he succeeded. The kingdom he founded atill lives, and if the army which he formed on the European model was annihilated eight years after his demise by Lake and Wellesley, it had in the interval felt ing presence. Had he lived, Sindhia would not have had to meet Lake and Wellesley alone; Madhaji would have brought under one standard—though in different parts of India-the horsemen and French contingent of Tippu, the powerful artillery of the Nizam, the whole force of the Rajputs, and every lery of the Nizam, the whole force of the Rajputs, and every

अखंड प्रम्ति केला. बांच्या कार्सिहींचा ब्यांत हा स्तंत हेति हे सितंत होति हा स्तंत होति। अधि निर्मात कार्म हाना साचा मान अखं. ते के के लिख करणे अप्रांगित कार्म निर्मात पाचा मान सित्य होति है। से सित्र पाचा निर्मात कार्म हेत्य माहि निर्मात कार्मित होति अपिक कार्म कार्म निर्मात निर्मात होति अपिक होति है। ते मिन निर्मान निर्मात कार्मित होति है। ते सित्य होति है। ते सित्य होति है। बा अप्र मुख्यांच्या आहे असं हधीस पहेल. ''नाना व महाहंचों') ह्या उभय मुख्यांच्या आहे असं हधीस पहेल. 'भामा कार्मित महाहंचीं को लिख्यों में लिख्यांच्या मान सित्य होति सानण्याचा सित्य होति सानण्याचा होति अपरंत आहे, अप्रेंही मानण्याचा

-			•
433		56600000	
0.7		0	-शिक हरमही किए रिशर
			म निमान्द्रिक हो ।
			.साम इक्षामाम्या
			में रुप्ति श्रीड्राइस व सन्नही व
			इएन सासचाही बस्तमान माल नगर
02		6000003	দ্রি ছ দি াছ ছিস্টাক দাজ্য
0		000002	क्षाम्बान् मान्यान्य स्वायम्ब
0		300000	छम्मीहरू।रु ह
			नामख्य रामरतन मोदी पादशाही
0		000002	र्रिक रहायह ह ।हिस्र हरूपार
नामार	नगर.	वस्त व ववाहार	લાંડા

পারহাছ ব নলগুরা ব গাইহবাউ বাঁগ্য থানা মুক্ত্রন রমহ্যার গাই:—

মুক্তর ঘারহাছি ব নলগুরা ব গুজাম কার্য বিশি ১২৬০০০০

১২০০০০১ কিছে মুর্মির স্থান্য ব কার্য ব মুর্মির স্থান্য মুক্তির ত০০০০১১

ত০০০০১১ কিছে মুর্মির মুর্মির চ চন্তরন চ স্থান্য মুক্তির ত০০০০১১

निक्ता अन्याद् । श्रिक्ती छञ्च हपने साल तमाम. यांत कमच्यादा तहांकेका-तिच्या अन्वये शिवंदी खचे वगैरि.

अपरा शोर्षनेमवाचा कळस करून सोडरा. अरेले माथवराव पेशने आपरा पीरिंगे हांचकडे जी सरदारी व जो सांनी, जयापाने पुत्र जनकोजी शिंहे हांचकडे जी सरदारी व जो संजाम होता, तो खांच्या पश्चात् पारीत्ववावांस छ० २९ जमादिरावर सरंजाम होता, तो खांच्या पश्चात् पारीत्ववांस छ० १० स्तुद्धर सन आची सितेने हा सार्खा हिला. त्या हिवसापासून छ० १० सुद्धर सन आची तिसेने पर्यत, महाद्जी होहे हांनी शुर्हेद्धमाणे आपर्त्या भाग्यचंदाची होहे केंग्रें। व त्याच्या प्रकाशाने मराद्यांचा शोर्थमहिमा

१ ता० ५ सिसेंबर इ. स. १७६३ रोज सोमवार. २ ता० ३ मार्च इ. स. १७९४ रोज सोमवार.

—:काहिपत्रधि रूति म्रूतिमाध्रदृष्टी गिर्णय स्वीताप द्राय

o	60000	मामलत पिराला (परियाला)					
0	0000042	गमलत राजे जयनगरकर दोन वेळ					
59	650000	रणजीतिसिंग जार याची मामलत					
07	60000	प्रिप्त काष्ट्र हमदानी वानि उप्त					
0	30000	खानाचा दिवान					
		हाने नारायणदास अफरासियाब					
0	000002	काम ग्रमाञ्च ग्रिक्शीक					
		-ांद्रर ह रीसास कामास हामसी					
		-१७७१ शिक व विशेष अपरा-					
067	000000	iछनामि।। त्रमः					
, o	330000	ंछिति इंस्मे छल्माम					
0	350000	राणा गोहदकर याची जशी					
.।क्रि	.र्रिवस व जवाहीर व्योरे.	र्यं					
		•					

सहतांत घडतात. बहुत काय लिहिणे, रूपा कराबी हे विनाते." पाहिकी नाही. कोठवर वर्णना स्वाहावी ? श्रीमंतांना प्रताय थीर. मोठी काम विवान हुस-पाक हत व्यवसाय नाही. पारिलापमाण निष्ठा कापनिहि एडिनी निष्ठ है , कि वर्षा सातमिक विषयित्र है से , कि शिक्सी र्रोह र्टम नज्य तमर्डम इक्ती निविधिष्ठिशिष स्प्रेत शिष्ट्राष्ट्र मान्नु मान्नु हि हिन भीमंत हो भीर जाइके; आणि आपकी तिशा श्रीमंत्री भीनं ठायी. वेश देत हो मोठी थोर गोष्ट केली. आजपावेती कोठही ब्यंग पडल नाही. पुढ आपण दुर्देशी चित्तांत आण्त, महाराजांची आधा आणद्न, बहुत (बहुमान ?) बाहरील सरदार येऊन बंदोबस्त केला. तेब्हां सहजन देणे प्राप्त जाहके. . जिल्ल पादशाहास बहुत खुश केले. लाने वेषे कोणी सरदार राहिला नाही. हेशांत बहुत कष्ट मेहेनत करून श्रम् पादामोत केले. पादशाहीचा बंदोवस्त आहे. ही परें भललास प्राप्त ब्हाववाची नाहीत. रा० पारीलबादा यांगी ला मत्र तार्व दमाविकी. हे पारीलवावांची सर्तराजी चांगली जाहकी. उत्तम गुहा याप्रमाणे दिल्हें. त्याची नजर पारीलगवांनी श्रीमंतांस पत्रास मोहरा हिन के लिलान में राहरतिया व दिन मिर्गेस सार्थ व मार्थित मिर्मिस सांशारुक्षिया सिंतिसिक्षि कि दिनिरुषातृ राधिकाश्वाद्या सिंहिर रेट न्धून बहुमान वेतले. खाचपमाणे समार्भ जाहे. व श्रीमंत वाहियांत आह्या-पारीलवाबांनी ला प्रांती नक्ष केला. लापमाणेच हुचूरही पाद्याहाची मयोदा ह्या मीह्याच गोष्ट भारता महतम् । अपनितंत्र अभाव. माह्य भारता । , लिंगी शीमंतास बहुमान पाठविता, समार्भ बहुत नोमंता जाहता. प्रशिल्वावा यांणी गुलामकाद्र याचे पारिष्य करून पादशाहाची मनी खुश .शजवदन बहुत संतीष जाहला. श्रीमंतांचा प्रताप थीर. ताळ शिकंदर. क्रन आद्व वजाविको. समार्म नांगला जाहला. झणीन विस्तारे लिहिक. ।रहा निहें में स्वाद्या सहाम्या होमा क्षित क्षित हो । क्षित स्वाद्य सहाम्या । एक तिल्ला मोहरा डेन्यांतन श्रीमंतांस नायर करून आदव बनाविती. तथ निहिना निवादी नाव एक द्वाद माह्या पादशाहास हिनिही. विविध के कि हत्ती व घीडा आदिकत्त पादशाहाकहुन आरु होते, ते बहुत आदर्गकरून गितिममित च व्यक्ति। मिडिसी च प्राडक्क्किति च किञ्चाप प्राइकाष्ट्र च किञ्चाच च

एतं उत्तम प्रकार विक्रित होती. स्वाह्म होन्स मिट वार्ग स्वाह्म हिम्म स्वाह्म हिम्म हिम्म

१ महादमी शिर्वे शांनी दिहीच्या वाद्याहाकहून विकेटसुराठकीचां वर्षे पृष्यास आणठी. त्या वेळी जो समारंभ झाला त्यांने वर्णन आणि त्या संबंधाने तत्कालीन सुत्यांने अभिनंदनपर चहार वाचणासार्थे आहेत. ते एकत नसूर असकेट पर्यरामभाऊ परवर्षन झांने एक पत्र उपलब्ध झांठे आहे, तेंच वेथे सादर करितो. हें पत्र इतिहासिह्स्या मनोरंचक व बाचनीय असून, झावहन पारीलवाबाविपयीचे समकालीन सुत्सवांचे मतही ब्यक्त होष्णासार्थे आहे.

-:सिर्वे किमान् ।नाम शिवार प्रवासका क्वीरिवासिक्यानाः

ज्येत सिन्ति उत्तान नास्कार विस्ति वर्गी विश्वेत वर्गी पर स्थाप पर पा किसी वर्गी पर स्थाप पा पर स्थाप पा स्थाप स्थाप पा स्थाप स्थाप

गांशाचा तिसरा पुत्र होता. तोही बुंदेलखंडांतील बोहमेसांसी बेरवासामार गांवी स्पापकांती केरवासामार गांवी स्पापकांती केरवासामां गांवी स्पापकांता कारवां स्पापकांता कारवांता जांवी स्पापकांता वालान वालान स्पापकांता स्पापकांता

हाह जाह महत्वा जाह हो जाह । हाह जाह महत्वा हो हो हो । अहर विह्य के अहि । अहर विह्य हो । अहर विह्य हो । अहर विह्य । अहर विह्य स्था विह्य हो । अहर विह्य स्था विह्य हो । अहर विह्य विह्य विह्य । अहर विह्य विह्य विह्य विह्य । अहर विह्य विह्य विह्य विह्य । अहर विह्य वि

१ वरवासागर हा गांव प्रेच्यांनी जोतिवाच्या श्रीपीवहल शिषांच छ २६ मोहरम सङास खमसैन (ता० ३ दिसेवर इ. स. १७५२) रोजी हनाम दिला होता. त्यावरून जोतिवाचा मृत्यु त्याच्या अगोद्रर थोडे दिवस झाला असावा हे उयद आहे.

केवळ अपूर्व आह्त. स्था वेळी प्रत्यक्ष वीएरसाने त्यांच्या अंगी मृतिमंत मंच्या केवा केवा केवा केवा मृतिमंत संचाय केवा होता की काय, असा भास होती. हत्याची होंदे रणांत संचार केवा होता की काय, असा भास होती. हताची होंदे रणांत वाया केवा हा कहा काया सरहार कुत्ववाह बान व्हुब्द्धने त्यांस विचारिल की, "पेटल, हमारे साथ तुम ओर लंदेंगे हैं" 'तेव्या अकताहा! स्था वेळी खा महं पुरुषाने उत्तर हिले की 'ते कि का महारखी वोज्ञाचा राजा। विचार केवा हा महं पुरुषाने केविल कोतुक वाहेल, मग इत्यांची ति सह पाह ना महारखी काया है विचार केवा होते हो हिल केते के कि कि केवा होते हो हो स्था मध्यरिण ती गोध काय है विचार हो हो हो स्था मध्यरिण वाची लाव केवा होता हो स्था मध्यरिण वाची लावो स्था कि केवा होता हो स्था वाची लावेश हो स्था वाची लावेश हो हो स्था वाची लावेश हो हो स्था वाची लावेश हो स्था वाची लावेश हो सहरा हो स्था वाची लावेश हो सहरा हो स्था वाची लावेश हो सहरा हो स्था वाची हो सहरा हो सहरा हो सहरा हो सहर्थ मोहरा हो सहरा हो सहरा हो सहरा हो सहरा हो सहर्थ ने वाची हो सहरा है सहरा है सहरा हो सहरा हो सहरा है सह

क्षापमाणें राणीनी विद्यान एकामाजून एक घातिक्षा है। वसन पानकें राणीनीस जयाती है हिना है।

जशापा शिंदे आपला पुरवार्थ गाजवून इहलेक सीहून गेल्यानंतर स्थांचे बंधु दताजी शिंदे व पुत्र जनकाजी शिंदे हांनी अनेक युद्धांमध्य आपल्या पराक्रमाची सीमा करून दाखिलि. किलंग तर ह्या वीरपुरवांनी व मराख्यांचा जो घनघोर एणसंयाम झाला, त्यांत तर ह्या वीरपुरवांनी इंदें हांच्या प्रांचित्र हें क्रिक्स क्रिक्स हें हें हिंग होत्या सीहमेमथील शोंक्रिक्श

-: मिर्न र्हामान्त्र हर्नामात्रात्र क्षिमात्र हमिक्षिः

". भ्रोहिंग हे महि हुए सिर्ह . कड़ेडि तड़िही भारी समर्थ आहत. येथील बुत आलाहिदा पुरवणीपत्री सिहिल आहे. लावहन मिक्ति प्राणफ कप्राप किसीयिक में हुड़ ह प्राणहिश मिकिसी एउत्रंत । हिपिन नेवद आहोत. आहेपमाणे सेवा करावी हेन उचित आहे. केलासवासी तीथ-कराधाहार कीमाहर पिहार जाहत. जाही. जाही कराधार क नत्वि । इस मुद्रामांत्रक विवाद उत्तरप्रमामनी है गिमपाछ , कित्र । विवाद न्हाइ निमिन्निक के प्रत्येति ।डिंग नर्णिड कार्येन गिम्न क्रीतिन ।हारू छत्र त्री स्वामीच आहेत. स्वामीची आज्ञा व तीर्थरूप राजशी पारीलबावांची क्माक निर्म अधिकार करन रवामीसेने निरम अपि असी असी असि असि संनिष अस्तां दुःखाणेवी पहिलेश परिणाम नाही. स्वामीसेवेसी अंतर पहते. वृत्तियास तीर्थरूप केलासवासी जाले, था दुःबास पारच नाही. परंतु शृङ् नुद्धी आधार हे काप्रमाणे आहोत. सर्वेही कुश्र इंभर करिल" साणीन आहा. समायान करून, बहुत सावयपणे राहून, रानकी दत्तवाने आहेत राहत जाणे. नाही. या गोष्टीचा खेद करीन म्हरल्यास साध्य नाही. तरी तुही सनोने झाला. विवेदेन्द्र सार्या अमाने परिमाजन कर्ण. ईअरतेत्रास उपाय तियत पावले. हे बुच प्यून अंतः करण परम विश्वेषाते पावले. दुः खाचा कहणा असे. विशेष:-आवाषत्र पारिविर ते पावरे. तेये आवा, ''जयानी शिरे..... तम्भीति ह दे मोहरम मुधा माम रहीमाई आस्त्रीहरू दे वार्गायन हाम नेन सेनक जनकोजी जिंदे कुतानेक दंडनत विद्यापना. सेनकाचे वरं-

होगार नाही, असं ध्वनित केल आहे. असो. लित, जवापा शिबाच्या एगपदुत्वाचे विस्मरण रजपूत रजेबाही , इंड्राप्ट छिन्द्र, मेंबीक कि निरंशम कितिमास्य १ अधिक क्रिक्ट नुप्रम लगिहाजाहाम . ऊंडिसि मज़क 'छाठ गिण्य छाम इं' लाइंड्

मिनिर्मिमि १ हार्रे प्राणफ कि प्राक कि छाड़ । हार्य कि र्वेड तकमम् तिमंध । प्राप्ट प्रतिहास किनीर्लस क्रिड़ ! । इाडुस ". । । । -क हमार्प्रपृष्ट किंदी - विद्या काही के विद्या स्थापन क तिकाला बालता बंधुस हिमय दंकन बोलता झाला की, ाड्र शिक्त । स्थाप अस्य कार्य मन्त्र मन्त्र स्थाप हो माने है। मिथवंयुना श्रामि हों हे जवक होते. ते प्रियवंयुना श्रमिहिहीणे सिंग हान अलत कपटान मार्कज्यांकहून वथ करविला. मृत्युसमयी जयापा शिंद हांचा नागोरच्या वेत्यामध्ये जोषपुरचा राजा विज-

मर्ण हर्ने वीराका, न हर्ने परि कथी अपवर्धे सक्जें। --:ड्राध म्हेरा

याद वणा दीन आवेशी, हाप्पा बाला हेल। -:ईशरू रूड़ी एम रुडिए होसाइहीड़ एम्नाश्महार एम्बाइडीस डॉड 🖇

भागा तीनो भूपति, माल खजाना मेल ॥ १ ॥

नइजवाहीर राक्त पक्त गेले। " क मामसुमामास क्षेत्र क्षेपाध क्षेत्रमांगणांग्य काभ्रिक तिमृष्ट मित काथ्रिक प्राप्त पुरुक हे , प्रनिक्त (डाह्राय प्राप्तिकार न दाय विकान है। निकान प ह्याचा तात्पयोधे असा की, ''आपाच्या रणप्रसंगाची आठवण कीकांस

लाने उत्तर आहास उपरुष्ध साहि आहे. वे फार हर्यहायक असून त्यांतही ,रुंबिराए हपनाथामम रे सांक्र ईही किकिन्छ विधिष्टी सायायह सिंहि बृह्प इ जयापा शिहे नागे रेखा नेखामध्ये मार्क के क्या नेखी औ० रचुनाथराव

जनकोजी सात्रतेज चमकत आहे. हाणून ते येथे साद्र करितो:-

किरिता इनाम ठेंग्यांत आला अस्त, अवापि तो छबीच्या उस-वाकड चारत आहे. राणोजीस मेनाबाइ नामक लयान्या वायकोपासून चयानी कफ जयाप्पा, द्नाजी, व जीतिवा कफ जोत्याची असे तीन पुत्र, व चिमावाई नामक राखेपासून महाद्वी व तुकोजी असे इंग, पिछ्न एक प्रांक्ती व कुरे, मिछ्न एकंद्र पांच पुत्र होते. हे एकापेशां एक प्रांक्ती व कर्तुत्ववान निपज्न, त्यांनी आपत्या देशभूमीची अपितम सेवा बना-कर्तुत्ववान निपज्न, त्यांनी आपत्या देशभूमीची अपितम सेवा बना-किर्येत, व इतिहासांत आपकी कीरित अन्यरामर करून ठेविठी.

लोकांशी घनघोर युद्ध केली, व महापराक्रमी रणझेनार रनपूत वीराना रुद्वीरि एट्टिक निर्मेष्ठ होड़ी एगएट है हें होड़ीन गाएट ह्राइंग्स मुहास नेशानी मार्य के वाचून, कोणा सहदय वीराच्या नेशांत्र लिं, हें हम लहान सामान न झाँठ. तुह्यी एकनिष्ठ, कुतकर्म सेवक, नामसमापार होउत, मेहिले पराणांशी युद्ध कलत, आपण फत्ते पा-निनिम् एनपाडी इ ।एनमाध ! किकित भाषाइ ह ;िनिम्हिर छिर्हा ह िितिमंडी एन्मि साथा अध्ये अहि है। इस हम छह है। हि हि हि इभीएन हि । जान होते होड़े होड़े होड़े हो हो । अधि हो हो । अधि हो हो । नक्ष्म नांडांछलड्डीर । इहि । हाहमहीदिष्ट । एनांछ्डारम ह , छिडी मञ्जूक प्राप्त किल्ल अयोष्टि वावन वावन सम्प्रेय हाथ वाय वाय वाय वाय प्राप्त -ज़ीरि फिर मार नाज . जड़ीस रिरम प्रिमिश गए प्रिमिशंद्र ज़ीलिड़ नगम, भार आव्हाइहायक असून, स्थात मराख्यां में गोप-क्षाम करून, मराखांची सत्ता उत्तरेकड़ बृद्धिगत केली. ह्या पुरुपाच्या किन िनिहिं णिमशंकत्रीव एक्नाक मात्र द्वाध अभिए प्राप मावान नयानीस मिळालें. हा नयानी मराह्यांच्या इतिहासांत नयापा ह्या इंग् मेर्यु पायत्रानंतर कामि नहागार व सरहाराज्ञ वहा

-हिल एप्निर्माण प्रियोत हा तिर्मात वा राज्येन हो। -ांणन हा नांवाची पेठ वसकी आहे. सुजालपुर हा गांव पेशन्यां-र्के नप्तर हिंग हा प्रयानम् तांनास्कृत् हा निर्धा स्था निर्धा नसा अभ्युद्ध करून घेतां येतो, हुं चांगठे शिकण्यासारखें आहे. असी. नमा है रह्यांत नेतरे, ह्यान स्तान्या क्रिक्स मनुष्यास आपल क्ष्मभंभं विकार मिलमर्डुम क मिलाईक एटन: एक र्ड्यू ति, तिडि एकंदर ६५ लक्षांचा प्रांत होता. जो पुरुष प्रांभी एक ठहानसा हुजन्य। १७८७ ने सुमारास सुजालपूर येथे मृत्यु पावला. मर्णसमयी ह्याचक्ट अपरे शीयतेन मंगर प्रहाण, हा . हा रणशूर सरदार इ. स. किर्व एन्निम एन्ड्रेसिक व्यक्तिमांमज्ञीम किरिवामास्त्री नां नार्ह फिम्प्रेंद्र प्राय ि (रिकिक्स प्रमिन कि एक प्रवासा है। मरुक् १३३५ हिए। सार्वास स्वार्धित १००० मुस्तमान स्वार्धित इक्कर् मे मुखीने हक्क मराव्यांस प्राप्त करून दिले. दिलीकडील इ. स. १७३६ -ाइइंग्स प्रक्रि ह हाए रुक्न , मृहक्रम । हाई मिलाइग्स हिपिछिडी ह हिन्हे छड़ार सहार हि। में करन मार पर्याप उर्ह्य महन केरी है -क्राप्प ध्यमांमञ्जीम पाष्टारिनीरिन प्राच्या नार्याय नार्यायः त्रि वेकार । जाना महाशिक्ष के शिक्षा मार्ग । जान । ह शिङ्ग्रेस प्रक्रियात एवं मीहरूस सीह मग्ड्रीम १ छ छ। व ईछि। हिला, रहागढ़ इसी सिक्ष मारंग ह शिलाइस सांछ, तक्ति मइनिमीध मिशिदिएर पिन्नांश मङ्ग्रिकाष्ट्रां के विशेष के साग्र हम ह्याद त्रीएहरु ह ,ाठाड़ि भंगार मिकमर्डम एन्नांगीट प्रभट छि मुरागिलाप्त हिंहे व मल्हारमी होककर हे होने प्रमुख होते. इ. स. १७९५ हितागु हिंगांछ, रजाइ विकिथ वक्षुत्री जाइके हि इपमन्नाप्र महस्वाच्या शतकाच्या प्राप्ती, मराह्य प्रन्याच्या अस्युद्याध ने

१ ता० १९ जून इ. स. १७४७ रोज सोमवार.

नुष्टाम प्रक्रिया स्था सहिता रिंडि मिरुपीर मिक णिष्ठ मिंखिड़ी रिसाल भीषठ रिंह ममुद्री मिरु दिसी आहे, तिन्यावरून राणीजी प्रथमतः हरुक्या दजोचा नोकर होता शक्तां वह्यासंबंधान सर् मोह मक्सा हांनी मी इंतक्था . फिर १ प्रें द्वार प्राण्ठहंस्ट मिड्नांश प्रड्ड मार्गिक मह्राप । असीमी ाह्र डि मिलिगिए ".मिर जीम्काह हामहरू ग्राम कि छिप्रहाफ ह मूळकाणा आहेत असे समजून, त्या नीर जतन करून ठिवित्या होलाः मिरिहामा भाषा के होने ह्या जुन्म निम्ह कि होने हिर्मित हो है। ह्या आस्याधिकेच्या पुरिक्रणाथ मिनि आंगो आस् निहेर्न आह न्याएत रहुअर यांनी चौक्शी-अंती खात्री कहन घेतलेली आह. उद्यमिर म्मर्जनाह - जाय कि राची जागा हिली. वेणेप्रमाणें राणोजीना भाग्योह्य झाला. ही मालकम -ाठिंही विभाग पानुनास आस अपद्या पानिसर्वे शिक्ष जाय ह लेडाए हंसाथ सोल नहाए कीमभील किएनह जाय व कर्म धनीमी। मांक र्ींत हिम्म रही। शाह नक्षे उर्भ निक्तिमहरू वसरा. तितम्यांत त्यांस आकारमक निदा रुगाली. बाजीराव साहेब शिरोज़ , मेर में हो मीत्र । के हो में में में में में में में हो हो हो हो है । हो सिर्मा हो हो हो हो हो है । हो हो हो हो हो है । महाराजांस भेरण्याकरितां राजवान्यांत गेरे. त्या वेळी त्यांचा हुजऱ्या अशी आस्यायिका प्रसिद्ध आहे की, बाजीराव साहेब एके वेळी शाह निधिन हु नव्याच्या जागेवस्त पागेवा विहेत्। बा संबंधा

राणीजीचा चरित्रशुर्मात फार मनोरंजक व बीररस्परिधृत असा आहे. तो समस दाखरु करण्याचे हें स्थळ नाहीं. तथापि स्थाच्या व साम्या वंशजांच्या कारकीदींचे असरण सिंहावरोकन ह्या भागांत सादर करणे अवश्य आहे.

शह महाराजांचे कारकीरीतील अन्वत राजकारणप्रसंगांत वेळीवेळी हिंची पडते. त्यावरून हा महाराष्ट्रवीर समरभूमीवर वर्शच वर्षे चमकत असावा असे वाटते. थीरले राजाराम महाराज ह्यांचे कारकीरीत ने लेकोत्तर स्वेर्ड्यभक्त निर्माण झाले, व च्यांनी जीवाहारभ्य अमसाहन करून स्वराज्य रक्षण केले, त्या परम बंदनीय बीरमंडलामध्ये नरमोजी व जिवाजी पाटील जिंहे तीरगलकर पागनीस हा होवांची नांचे अंत-मंत आहेत. ह्यावरून जिंहे वराणे हें प्रीपासून विख्यात आहे, असे ह्याणयास हरकत नाही.

प्रकृत निर्मातिका श्रीमती महाराणी वायनावाह्ंसाहेव च्या चिरं प्रकृत मृत्य वायनावाहंसाहेव च्या चिरं प्रकृत मृत्य वायनावाहंसाहेव हा चिरं प्रकृत मृत्य प्राचान व्यावना मृत्य विर्माय प्रकृत स्थाय हा हा हा हा हा सानी माहिती देतांना, मध्य हिं हुस्थायने इतिहासकार प्रकृत सानी असे वर्गणं मृत्य मृत्य मृत्य हा होयः हा होयः हा मृत्य मृत्य मृत्य वर्गणं वर्णणं वर्गणं वरंगणं वरंगणं

किर क्य निवान महाराजन पर्री नेमाजी शिंदे हा नावान पर मिला नं नंन मिल समिल महाराष्ट्राप्ट्र्र

तिर्गिक कर्न वाजीराव वहाक प्रथान आदीवोर उपरी थेथे छ कुर्न वाणित हाक वाणित वर्म विस्ते प्राप्ति हाक अवित वाणे. विशेष हुन राजशि हिन के विस्ते प्राप्ति हिन के विस्ते विस्ते विस्ते विस्ते विस्ते विस्ते विस्ते विस्ते विस्ते के विस्ते के विस्ते विस्ते के विस्ते विस्ते के विस्ते के विस्ते विस्ते के विस्ते व

नाही, जाणिजे. छ० ६ जिल्हाज." बा पत्रावरून जिलाज थिरे हो बाई कार वजनदार व राजकारस्थानी

भाग केलियाने हें वर तुमनेन आहे. आही संवंदने तुमने असी. यास सदह

असादी असे दिसते.

महाराणी वायजाबाईसाहेब गिए। इसंचे चित्र

.155 ह गिमि

.होंहे घराण्याचा अस्प ब्रचांत.

इ. डाहं ड बांचे वराणं महाराष्ट्राच्या इतिहासांत फार प्रसिद्ध आहे. ई. क्षेत्र कांचे कांचे वराणं महाराष्ट्राच्या इतिहासांत कार प्राप्त कांचे केंचे कांचे कांच

त्रकतावाईसाईवांचा शिक्षा.

॥ श्रीनाथ ॥

- ॥ प्रमान रिक्रम्प्रकृत्यन्त्रीकि थि ॥
- ॥ प्रत्येति द्राधात्रधाव गिष्डीपुर-इशिवाप्रत्रकाई ॥

.मक्रुाप्पटी

646			•••	***		***			ई।वंद-	06
0.10									THE PERSON	0.0
हे हे ६	***	***	***	* * *	*** .	•••	*l±	ijΚ	ाज् ि। जिस्	8
१४६	•••	***	***	***	.डिर्गि	डिंकि	lbəjb	इंसाई	वातवावा	2
808		वेमवीसं.	क्षि	विद्सि	타네브	म्न ज्ञांत	्राय्य	रुधि	उड़िशहर	S
62	•••	वेवनाव.	ानाज	म्रोराइ	कनक	हाराज	H b b	<u>इसाई</u>	वीत्रयोवी	3
Rh	•••	* * *	•••	•••	•••	इकि)ाः	ह हिं।	इसाड़े	वीतयावी	6
3 हे	•••	***	•••	***	•••	स्थि:	हिंछि :	र्हा ।	गुरुक्तर्गङ	٨
44	•••	• • •	• • •	***	.31	कारक	हिगाज :	होही ।	गुरुकाई	ž.
28	***	* * *	***	•••	. गंत.	<u> දහඈ 11</u>	नांछ ई	हि। हे	वायवावा	દ
P	***	* * *	***	•••	• • • •	शंत्रह.	मिल्म ।	elkol	प्रष्ट ईांड्री	Ь
āa.									.1	ellt

"There is no beroic poem in the world but is at bottom a biography, the life of a man; and there is no life of a man, faithfully recorded, but is a heroic poem of its sort, rhymed or unrhymed."

ह्या उक्तीचे रहस्य ज्या मामिक वाचकांच्या लक्ष्यांत येहेल, त्यांच्याक्ष्य निक्यांच्या क्ष्यांत येहेल व राजनश्च्य करावा, अशी अप्रयोजक सूचना कथींही येणार नाहीं.

द्यात्रय वळवंत पारसनीस.

है .५०१९ है।।। १ साई

आहे हैं चांगल सिद्ध होते. तात्पये, महाराष्ट्र बियांच्या चरित्रांचहन अनेक प्रकारना वोथ होण्यासारखा आहे, ह्यांत शंका नाहीं.

वायजावाहेच्या चरित्रामध्ये माहितीच्या कमतरतेमुळं अनेक होप घडण्याचां संभव आहे. ह्याकरितां व्यावह्रक प्रांजलपणे माफी माणून, आणकी माहिती कोणाजवळ अस्त्यास ती त्यांनी अमाच्याक्टे अव्यय पाठवावी, अही प्रार्थना कोणाजवळ अस्त्यास ती त्यांनी अमाच्याक्टे अव्यय पाठवावी, अही प्रार्थना

नत्रहान होग्हा हागा कान्य में साहवाह । विद्वाह साहवाह साववाह साहवाह साववाह साहवाह साववाह साहवाह साववाह साहवाह साववाह साहवाह साववाह साहवाह साववाह साव

नार्वभीम शिरिश सरकार भार स्वेतंत्र सीतेनं नागवीत असून, खांच्या आंदोबर खांच्यां च्यंवर्ध्यत हात घालण्यास ते कितो नाख्य असे; व त्यांच्या गादीवर खांच (संस्थानिकांस) थोग्य बारेळ तो मतुष्य बस्तिण्यास खांचे कितो सुभा असे, हें बांगेले शिकण्यासारखें आहे. ह्या उदार राजनीतीचें चारकारखास व त्याबहरू व्राव्हेत्या सरकारच्या प्रविच्या उदार शिक्तिनें अभिनंदन करण्यास हरकत नाहीं.

⁽Scindia's) country—that it did not pretend to any right to control or regulate the succession to the state of Gwalior—that its sole motive in offering advice on the subject was the interest which it took in the maintenance of the general tranquillity.—that Scindiab, as the absoluteand despotic ruler of the country, must be considered to possess the undoubted right of determining the succession,"—and that it was prepared to recognize any selection that might be "made by the general voice, or by a majority of the chiefs and principal persons of the country, according to the usage, whether the letter of the written law was adhered to or not."

फार अनुकूल यह उरपत होऊन त्यांतील बायजाबाई किंवा भीमाबाहूं खांच्या-सारख्या सुप्रसिद्ध व लोकोत्तर जियांची चिरित्रे महाराष्ट्र भाषेत प्रसिद्ध करणे अस्यंत अवर्य आहे असे बारत्याबांचून राहत नाही.

eloquence on the duties inculcated as those of a Alahratta Princess, when the interest of her family and nation were at stake. It was, she said, an obligation for such in extreme cases (where she had neither husband nor son) to lead her troops in person to battle. Bheemakai rode with grace, and a few excelled her in the management of the spear.) The Alahratta ladies of rank may be generally described as deficient in regular beauty, but with soft features and expression that marks quickness and intelligence. They have pression that marks quickness and intelligence. They have samously, the such that marks quickness and intelligence. They have pression that marks quickness and intelligence. They have

हैं कि । ए उड़िमार्गा किनाभार रहेशकर निष्ठ देशका थे छे १

हिहिलें आहे ते वाचण्यासाएं आहे:-"Nothing could be farther from the wish and intention of the British Government than to exercise, now and here-

after, any intervention in the internal administration of his

है एटाउ ह कविहि । हाथाए प्राप्त था अपरास गिरोस एकाणिवाणिए । हिस्स है एटाउ ह का काणिवाणिए । हिस्स है एटाउ ह का काणिवा है। हा है हाथा के प्राप्त है। एटाउ है का प्राप्त है। एटाउ है हाथा है। एटाउ है। हिस्स है। हिसस है। हिस्स है। हिस्स है। हिस्स है। हिस्स है। हिसस है। हिसस है। है। हिसस है। हिसस

daughter of Jeswuntrao Holkar, she expatiated with much called. (In a long conference I had with Bucemabai, the the duties to which their condition makes them liable to be part of their education, which is directed to qualify them for metic. The management of the horse always constitutes They are usually instructed in reading, working Arithand in some cases they have been the acknowledged heads. them a considerable and increased share in the Government; influence in their secret councils; and usage has latterly given enjoy, has been described. They have always had great ladies of the families of Scindia, Holkar, and the Purnar and on particular anniversaries. The power which the Mahratta and give feasts and entertainments on births and marriages, much liberty as they can desire; seldom, if ever, wear a veil; usually a distinct provision and estate of their own; enjoy as in affairs of the State. If married to men of rank, they have individuals, but sometimes, as has been shown, personally Chiefs, great influence, and mix, not only by their power over have, generally speaking, when their husbands are Princes or I "The females both of the Brahmin and Shudra Mahrattas

निलिग असे सीमित के भीमच्यासार्ख्या निर्मा के कि मिन्ति के कि लिपि असतोग, मोखा वक्तवपूर्ण वाणीने राजकन्या कतेब्यां चेरेख वर्णन केरे, लिए एसेर हिल्ला वराज्या व राज्याचा व होजाचा होजाचा प्रसंग आला .िहें शिक्ष प्रकारी भीमावाई हिनी व माली एक वेक मुराखत झाली होती. क्तेब्य उत्तम रीतीने बजावण्याची पात्रता उरपत्र होते. यश्वंतराव हिन्दा गाप असून, एवा हें हो हो हो हो हो है। ग्राप्त झालेलें असतें. घोड्यावर वसण्याची कता हा स्यांच्या शिर्धणाचा एक असस्याने दिसून घेते. स्यांना लिहिणे, हिशेब ठेवणे वर्गेरे मून वहुतकहन नित्र एन्ड हेस्र नेस् नेस् राजकारणाचे स्वामित्व प्रमिष्ट प्राप्त होति रिडीच्या प्रभावामुळे राज्यकारभारामध्ये देखील सांच माहास्य बाहरू इंक्लिक हुरें नुहार हजार होने वाती वर्ष काल काल है। हो हो इपिट रुरेक मणे हैं है पिर किया होती किया होते हैं है। जाहान महोदित उत्सव करीत असतात. शिवे, होऊकर महीदिस स्वानिमा नेतात. ह्या नेहमी जन्मोत्सवाप्रीलथे मेजवान्या देत असतात, आणि सण-व खांना बाटेल तितक स्वातंत्र्य असते. ह्या आपर्या तोडावर क्रीनेत् बुरखा नुत्राय होए। बहुतरहन खतेत्र तन्या व जातसर्मा मेरुत असती, स्क मांभ तोशाम हो । जान असती . मिस्स हिमा पुरप्रांद्र । अस्य हो । निम स्पन एस होता कामिकार आक्षा कामिक क्षा कर हो। प्राप्त मज्ञक्रम विमाप्राम् मांविष्टी क्षित्र प्राप्ति क्षेत्र कि किमाप्ति कामून पाह भावनाथ व मनोरंजक आहे. हे छिहिताल:-''आहाण व महाछ क्षितिए क्रूक्ट्र रिगम किस्ति किस्ता किस्ति के प्रमादी हो हो हो। रुंब्रिकी मर्गेष्ठ कि निधिष्टे । एष्ट्री एष्ट्रोस्टारम निष्टि प्रकलाम निष्टि रह

quisite cordon could be formed, but the Bheema Bai made no attempt to dy. When, however, it was thought that her apprehension was certain, she suddenly made a dash towards the small party near the General, and owing to the speed of her mare, made her way fast then, and darted off scot-free."

Her mare, made her way fast then, and darted off scot-free."

-Reminiscences of an Indian Official. Page 89.

े रुप्पासारह्या नाहीत अस कोण ह्याभार ? प्राप्ति होनिष्ट्री एटनिष्ट्रांस रिपि एड "उँहील साम्बालाय उकि होडींह न्द्रक पुरच्या लहाईनतर सर जोन मालकम होस आपले अलेकिक श्रीय ध्यक्त नापले अथारीहणाहिया व्यक्त करन आथवेनिकत केंक, व दुसरीन महिद-मुलगी भीमावाई हिलाही घेत होती. पहिलीमें सर आधर नेलस्लीसाहेबांस हिन्। अरुरा वाराना है सार है सार है सार है सार है सार है सार है से स्वार है सिर्फ स्व . ड्रीह एउके छक्ष्य मार्थिय प्राप्त प्राप्त प्राप्त माहिज्याचा उक्ष क्ष अथवा उपब्या पालबीत वसून सर्वे लवाजम्यायह भिरत असे." असे लिहिले म्हास्कृषि णीए, सिर होत विदेश में प्रतिकार है विदेश के स्थान कि हो है। नदवेज होला, अशी साथार माहिती मिळले. मि प्रिस्नस्टन ह्यांनी ''पेदा-मञ्जान प्रकल सातंत्र्य हेते, व त्या बोब्बावर वसव्यान काम्या उतिहासायहर मिद्र होते. नेशवहिच्या असेर असेर हेखील वंदीवत, अशी की प्रनिक्त समजूत आहे, ती सर्वथा चुकीची आहे, हें असत, हैं मांगल कबून येते. मराखांच्या क्या हाण मांगल क्यांच असणाह किता अस होतामाक एटनिक्स हुम एट ह (मेर क्सर निकी निक्कि न्हार प्राप्ता बाह्या बार्गा सहाराष्ट्र हिल्ला आंगी राज्यकारभार चाल-हराहित्राक्ति व हिन्दाव हरीक मेंछि ममुख कि इसिएस कर किरीहिकी

I. "After the battle of Mahidpore, the Bheema Bai, Holkar's daughter, with a small body of retainers, for a long time kept the country in a flame. One day Sir John Malcolm was moving with a large force, when the lady was seen on horseback on a neighbouring eminence, attended by only one follower. The order was given to surround the hillock so to ensure her capture. The slave escaped before the reast to ensure her capture.

अशा प्रेमक व स्वाक नाणीनं पतिकृपेवा महिंगा वर्णन करून इंशस्त्रवनांत कालेश करणाच्या कविराच के॰ वापूसाहेब कुरंदबादकर खांच्या पत्नी, खा बियाही कमी योग्यतेच्या नाहीत. पर्तु खांची चिरिने अथवा गुणवर्णनं प्रियाही कालिक्स व्याप्तिक वाितकुम्माप्रमाणं खांचा कोितिसोरिम

विनीत्र होने होगे दुरापास्त आहे. ह्याक्रियों प्रसेक्तांन यथामति व यथाशी*क इक्डे राक्ष्य हे*णे अवस्य आहे.

हान हेतु मनांत थहन हांशिच्या राणीचं निरंत महाराष्ट्र भाषेत खंते माहिती कोटा कहन ह० स० १८९४ साली भासे क्रांचां आले. लावा अनेक कीटा कहन ह० स० १८९४ साली भासे क्रांचां क्रांचार केला, हें कळविष्णास रास केतोय वाहतो. ह्या पुस्तकास जरी महाराष्ट्रांत चांगाल लोकाश्व मिळाला नाहीं, तरी खाची गुजराथी, बंगाली वाँगेरे परभाषांतून जी भाषांतरें प्रभिद्ध माहीं, तरी लाची गुजराथी, बंगाली वाँगेरे परभाषांतून जी भाषांतरें प्रभिद्ध झाली आहेत, तींच खाच्या लोकप्रियतेची साझ होत. अशा प्रकारें प्रथम प्रथस प्रोत्ताहन मिळात्यामुळे इतिहासप्रसिद्ध व कर्तेल्याली खियांची हळ्ह्छ् चायताबाह्याचा आमचा हड संकर्ष झाला आहे. ला मालेचे "महाराणी वायवाबाहेसाहेब शिरे ह्यांचे चिरिता हुत प्रमित्र होता.

नियमित्र हिंदि ह्या ग्रम्भार स्विक्रिया अधिकारी व कर्तिवशाला

किसणी फार प्रसंसा केली आहे. आंटडफसाहेबांस देबटच्या पेटाव्यां में किस्या पेटाव्यां में किस्यां में किस्यां पेटाव्यांचा प्रकाश कि किस्यांचार किस

मेशन (ती क्रिक्स क्रिस्टी मिल्क्स स्थानिक अलीक्स क्रिक्स क्रिस्टी स्थानिक स्थ

। निर्द्या एकम रुक्षील प्रथमगम् रुप्तकमा रुक्षाक्रमा रुक्षाक्रमा ॥ ६ ॥ निर्द्यमन्त्रम निर्द्यमुक्तक्रमास्त्रम् रुक्ष्य रुद्धास्त्रम्

,lplle

I. "The most ladylike Brahmin ladies I ever had occasion to converse with were the wives of the last Peishwa and of the Pratineedhee. The celebrated Waranussee Bye I was the Pratineedhee, The celebrated Waranussee Bye I was fold her how disagreeable it was for me to be obliged to tell near that the Sirkar required that she should proceed to join the terms of personal respect, it is surprising how the better classes in India manifest a refinement and polish only known classes in India manifest a refinement and polish only known smong Europeans of the highest rank and in an advanced smong Europeans of the highest rank and in an advanced

स्वारोवाय वारणशीवाई पेराने व जिज्ञाह साईताया साहियाया व्याप्टां स्वाप्टां स

her amazing energy and activity will bear favourable comparison either with the greatest administrators of her country, or with the brightest ornaments of her sex in any land."

१ अहरपावाहैसाएएया लोकोत्तर खोचे चित्र सांगोपांग व कागरपत्रांच्या अस्तर माहितीवरून कियाग्यां आस्तर माहितीवरून लिहियांचा आमचा फार दिवसांचा हेतु होता. परंतु हो माहितो चपल्डम निर्माय नाहों. तथापि करू- विव्यास आनंद वारतो की, ह्या उदार व साथ्वो खोच्या चित्राची वरीच माहितो उपलब्ध साले आसंत हैं चित्र लवकर्न प्रसिद्ध करणांचा आमचा मानस आहे. उपलब्ध साले अस्त हैं चित्र लवकर्न प्रसिद्ध करणांचा आमचा मानस आहे.

to be the object of a treaty."

नीररसपरियुत व रमणीय आहेत की, त्यांच्या योगाने अंतःकरण तहान झाल्याबांचून राहत नाहीं.

"A perfect woman, nobly plann'd.

To warn, to comfort, and command;

And yet a spirit still and bright.

With something of an angel-light."

I "This wonderful woman, for her piety, her elevation of character, her profound sense of duty, her great ability, and

लिया, पोशिया, हेलीना ह्या क्रियांची निरंते केतली, केवा इटालियन राष्ट्रोलिय पर्ताया, विराय, वारा, वारा

अङ्ख्या द्रीपड़ी सीता ताता मंडीड्री तथा। ॥ १ ॥ मनारानकााणाड्यम क्रिशियम् ॥ १ ॥

क्षिण मंग्रह हाया, त्रीपही, सीता, तारा, मंडोहरी, ह्या मंच क्षिण मंच कियांचे कियांचे संक्षिण मंच कियांचे सहस्या क्षिण करील ह्या महस्यावही नाश प्रवेश आहे. असा क्षिण मार्गिकांचे कियांचे महस्या क्षिण मार्गिकांचे कियांचे मार्गिकांचे क्षिण मार्गिकांचे मार्गिकांचे स्वाचन स्वचचन स्वचन स्वचन स्वचचन स्वचचन स्वचचन स्वचचन स्वचन स्वचचन स्वचच

.IFFID5K

नाहींसा झाला आहे, असे हारले असतो फाएसा बाथ येणार नाहीं. व्हावयाचा, तो आमच्या देशांत चरित्रप्रकाशनाच्या अभावामुळ अगहो मार मित्राह कि मांप्रशृक्षि नर्का हम्ह हिन्दीमाथ विष्वाह निक्रि मोतिवेब मनावर बागस्या रीतीन उमह्न, सर्कायाविषयी प्रिणा-मह्रण आणि झाली आहे. ह्यापज, पयोयेकहन, चरित्रप्रकाशनाच्या योगाने उत्तम गुणांचे निध्याविहरू व उत्तरीवहरू निध्यायनीयणा उत्पत्र होऊन सामच्या संसार-। ह्यांहर माण्याका द्वास छिड्डम मिह्रस क्वीसाइन हिम्मण्याम लामप्राम कीस्वात न्यमहीते' असला अनुदार विचार मनांत ठाम वसून, खांना बंद्या गुरा-न' हिप्रदीष्टांफा कमारा । हिम्म हिम्म हिम्म हिम्म हिम्म हिम्म मुक्त सहुण, स्वांनी बुद्धिमा आणि लांना कत्तवा लांचा कांन्यवा परत सामा उज्जबल निरंत्र किया गुणमहिमा आमस्या नेत्रासमीर नसल्या-असून, वियाही आपत्या उत्तम गुणांनी ह्या सन्मानास पूर्णपणे पात्र होखा. ब्रीहमामनम फिष्मिशिषकी क्रि मित्रात्रप्त ।।एक ":15मई एठ निम्प निम्पू परला आहे. परंतु वस्त्रीस्थिति तशी नाही. आमन्या देशात भेप नावस्त नामर क्षिण्या होते हैं एक दिया अपार्थ किया अधिक होते हैं। जांच्या अभावामुळे खांचे यदा अगरी अप्रसिद्ध व संकुचित राहिले आहे. ह्या नीह फ़िला होज पर्वा अहवा पुरुक आहे. पर्तु खांच्या चिर-निदुषी, चतुर, साहसी, शूर, स्वाभिमानी, तेजस्ती, उदार, आणि थामिक हिंदुस्यानच्या प्राचीन व अवाचीन इतिहासामध्ये उथा राजकारणी, सहुणी,

मिंदाील कालापून आमस्या देशोति प्राप्ति काणिपूर्म क्षियांच्या देशोतिक प्रतिकाच्या काणीगीए कालापूर्म कालापूर कालापूर्म कालापूर कालापूर्म कालापूर का

one occasion been known to lead, in person, a charge of Mahratta horse

against the enemies of her country."-The Bombay Gazette.

कित्रमृ है

महाराणी बायजाबाईसाहेब ह्यांचे प्रपोत्र श्रीमंत अलिजाबहादुर महाराज माधवरावसाहेच घिंद़े हारा जा. सो. एस्. आय्.,

स्राम न्यान भ्राहेर,

सांह

केम्पूर्कक

अपैण केले असे.

.किक्धंस

हें पुस्तक इ० स० १८६७ च्या अम्सराप्रमाणें नोद् (.त्रेडाक किविठ नाथाक कापक इड़ केस नीक्षकष्टं

759 FE8

www.ingramcontent.com/pod-product-compliance Lightning Source LLC La Vergne TN LVHW020000230825 819400LV00033B/909